மனஓசைக் கவிதைகள்

தொகுப்பாளர்
சூரியதீபன்

டிஸ்கவரி பப்ளிகேஷன்ஸ்
எண்: 9, பிளாட் எண்: 1080A, ரோஹிணி பிளாட்ஸ்
முனுசாமி சாலை, கே.கே.நகர் மேற்கு,
சென்னை - 600 078. பேச: 99404 46650

வெளியீட்டு எண்: 0237

மனஓசைக் கவிதைகள் (கவிதைகள்)
தொகுப்பாளர்: சூரியதீபன்©
Mana Osai Kavithaigal (Poems)
Compiled by: Suriyadeepan©
Print in India
1st Edition: July - 2023
ISBN No : 978-93-95285-51-3
Pages - 220
Rs - 280

Publisher • Sales Rights

Discovery Publications	Discovery Book Palace (P) Ltd
No. 9, Plot,1080A, Rohini Flats, Munusamy Salai, K.K.Nagar West, Chennai - 78. Tamilnadu, India. Mobile: +91 99404 46650	No. 1055-B, Munusamy Salai, K.K.Nagar West, Chennai-600 078. Ph: (044) 4855 7525 Mobile: +91 87545 07070

discoverybookpalace@gmail.com / www.discoverybookpalace.com

இந்த நூலில் பிரசுரமாகியுள்ள எந்த ஒரு பகுதியையும் எழுத்துபூர்வமான முன்அனுமதி பெறாமல் எடுத்தாள்வதோ, மறுபிரசுரம் செய்வதோ, மொழியாக்கம் செய்வதோ, ஊடகங்களில் மறுபதிப்புச் செய்வதோ, காப்புரிமைச் சட்டப்படி தடை செய்யப்பட்டுள்ளது. இந்த நூலிலிருந்து சில பகுதிகளை மேற்கோள்காட்டி நூல்அறிமுகம் செய்யலாம்.

உங்கள் மொபைல் போனிலிருந்து ஸ்கேன் செய்து 'டிஸ்கவரி புக் பேலஸ்' மொபைல் ஆப்பை டவுன்லோடு செய்து, புத்தகங்களை வாங்குங்கள்.

Scan and download

சமர்ப்பணம்

சூரியதீபன் என்ற பா.செயப்பிரகாசம் அவர்களுக்கு

(7 டிசம்பர் 1941 - 23 அக்டோபர் 2023)

சூரியதீபன் என்ற பா.செயப்பிரகாசத்தின் ஒரு தசாப்தத்திற்கு மேலான கனவு இப்புத்தகம். பா.செ 1981 முதல் 1991ல் மனஓசை தன் பணியை நிறைவு செய்யும் வரை இதழின் ஆசிரியர் குழுவில் இருந்தார். 1991ல் மனஓசை நின்றாலும் அடுத்த 31 ஆண்டுகள் (இறப்பு வரை) பா.செயப்பிரகாசத்திற்கு மனஓசையும் அதன் படைப்புகளும் மனதிற்கு நெருக்கமான ஒன்றாகவே இருந்தது. அதனாலேயே அவர் கடைசி மூச்சு வரை மனஓசை இதழ்களை தொடர்ந்து தன்னுடன் பாதுகாத்து, அதன் பல படைப்புகளை வெளியிட முயற்சிகள் மேற்கொண்டிருந்தார். 2009-ல் மனஓசைக் கட்டுரைகள் தொகுப்பையும், 2010-ல் மனஓசைக் கதைகள் தொகுப்பையும் வெளியிட்டார். 2011-ல் மனஓசைக் கவிதைகள் தொகுப்பை வெளிக்கொண்டுவர திட்டமிட்டிருந்தார். ஆனால் பல்வேறு காரணங்களால் அக்கனவு நிறைவேறாமல் இருந்தது. 2022-ல் அவர் உடல் நலம் தொடர்ந்து குன்றி வந்த வேளையிலும் (தன் வாழ்நாள் அதிக நேரம் இல்லை என உள்ளுணர்வு அறிந்ததாலோ), அவர் இறப்பதற்கு 2 மாதங்களுக்கு முன் தன் உடல் & மன உபாதைகளுக்கு நடுவிலும் மிகுந்த பிரயத்தனம் மேற்கொண்டு இப்புத்தகத்தை மீண்டும் வெளி

கொண்டு வரும் பணிகளை தொடர்ந்தார். அவர் இறப்புக்கு 10 நாட்களுக்கு முன் டிஸ்கவரி புக்ஸ் வேடியப்பனிடம் மனஓசைக் கவிதைகள் தொகுப்பை பதிப்பிக்க ஒப்படைத்தார். ஆனால் பா.செ.வின் நெடுநாள் கனவு நனவாகும் முன் 23 அக்டோபர் 2022ல் மறைந்தார்.

பா.செயப்பிரகாசம் இருந்திருந்தால் இப்புத்தகம் வெளியானதில் பேரானந்தமும், மன நிறைவும் கொண்டிருப்பார். பா.செயப்பிரகாசத்தின் பேரிழப்பிலிருந்து இன்னும் முழுமையாக வெளிவராத நிலையிலும் அவரின் நெடுநாளைய கனவை இன்று நிறைவ செய்வதில் நான் மிகுந்த மன நிறைவ கொள்கிறேன். பா.செயப்பிரகாசம் மறைந்தாலும் இப்புத்தகத்தை வெளிகொண்டு வருவதில் உறுதியாய் மற்றும் உறுதுணையாய் இருந்த தோழர் வேடியப்பனுக்கு என் மனமார்ந்த நன்றிகள்.

– சூரியதீபன் (மகன்)
www.jeyapirakasam.com
www.suriyadeepan.com

தொகுப்பாளன் உரை

(2010ல் வெளியான மனஓசைக் கதைகள் புத்தகத்தில் சூரியதீபன் என்ற பா.செயப்பிரகாசம் எழுதிய முன்னுரையில் இருந்து...)

மனஓசை – என்ற மக்கள் கலாச்சாரக் கழக இதழ் 1981 நவம்பர் முதல் வெளிவந்தது. தொடங்கிய காலத்தில், அதில் பிரதான பங்கேற்பைச் செய்தவர்களில் பலர் அரசுப் பணியிலிருந்ததால், தலைமறைவுப் படைப்பாளிகளாகச் செயல்பட்டோம். புனை பெயர்களில் மறைந்து இயக்கினோம். எதிர் கருத்தியலை முன்னிறுத்திச் செயல்பட்ட கலை, இலக்கிய இதழ் – ஒரு கட்டத்தில் 20 அயிரம் படிகள் விற்பனையாகி சாதனை படைத்தது. மக்கள் கலாச்சாரக் கழகம், புரட்சிகர மார்க்சிய – லெனினிய அமைப்பு என்ற நேரடித் தொடர்பில் இயங்கியமை இந்தச் சாதனைக்கான பின்னணியாக அமைந்தது.

1991-ல் மனஓசை தனது பணியை நிறைவு செய்தது.

இயங்கிய காலம் பத்து ஆண்டுகள் எனும் குறைந்த கால அளவினதேயாயினும், குறிப்பிட்ட காலத்தின் இலக்கியப் போக்கை, இலக்கிய வகைமையை பிரதிநிதித்துவப்படுத்தியது. மனிதன், புதிய மனிதன், செந்தாரகை போன்ற இதழ்கள் முன்னெடுத்த இலக்கிய, எழுத்து வகைமை அது எனலாம்.

ஏறத்தாழ 20 ஆண்டுகள் கழித்து – மனஓசை இதழ்த் தொகுப்பு 2009-ல் வெளிவந்தது. கட்டுரைகள் மட்டுமே கொண்டது. இன்னும் சில முக்கியத் துவமுள்ள கட்டுரைகளுக்கு இடமில்லாத சூழலில், 550 பக்கங்களுடன்,
- 2009-ல் மனஓசைக் கட்டுரைகள்
- 2010-ல் மனஓசைக் கதைகள்
- 2011-ல் மனஓசைக் கவிதைகள் (இனி வெளிவரும்)

20 ஆண்டுகள் கழித்து வாசகர்களின் புதிய தலைமுறை பிரவேசித்துள்ளது. 20 ஆண்டுகள் முன் இருந்த வாசகரின் மறுவாசிப்புக்கும், புதிய தலைமுறை வாசகரின் புது வாசிப்புக்கும் ஒரு இலக்கிய வெளியை மனஓசை உண்டு பண்ணியிருக்கிறது என நாங்கள் கருதுகிறோம்.

– சூரியதீபன் (பா.செயப்பிரகாசம்), டிசம்பர் 2010

மக்கள் கவிதை

உலகம் ஒரு உலகமாக ஆகி இருக்கிற இந்தக் காலத்தில், அரசியல், பொருளாதாரம் போன்ற துறைகளில் மட்டுமின்றி, கலை, கலாச்சாரத்திலும், உலக நாடுகள் மிகவும் நெருக்கமாகப் பிணைந்துள்ளன. ஒரு மாறுதலுக்கான அம்சம், உலகின் ஒரு பகுதியில் இன்னும் முளை வெடிக்காமல் மூடுண்டு கிடக்கிறபோது வெளியிலிருந்து, உலக நாடுகளிலிருந்து வரும் தாக்கம் அதை உடைக்கிறது. பிற துறைகளுக்குப் போலவே, கலாச்சாரத்திலும் முகையவிழ்ப்பை வெளித்தாக்கம் செய்வது தவிர்க்க இயலாதது.

தமிழில் புதுக்கவிதைகளின் தோற்றத்திற்குரிய கலாச்சாரச் சூழல் இருந்தபோது வெளியிலிருந்து தாக்கம் அதனை உருவப்படுத்தியது. தமிழில் புதுக்கவிதைகளின் தோற்றம் மேலை நாடுகளின் இலக்கியத் தொடர்போடு தொடர்புடையது. ஆனால் எப்போதும் வெளித்தாக்கம், இங்குள்ள மரபை வளப்படுத்தி, வாசகத் தளத்தோடு இசைவ கொள்ள வேண்டும். "வெளியிலிருந்து எதையும் முற்றாகவும், நிரந்தரமாகவும் திணித்து விட முடியாது, ஒரு குறிப்பிட்ட பகுதியின் அகச்சூழலுக்குப் பொருந்திவரும் பொழுது மட்டுமே இத்தகு செல்வாக்கு வேர் கொள்ளமுடியம். இல்லையெனில் சில முன்னோடிகளின் முயற்கி என்ற அளவிலே அது முடிந்து போய்விடும்"[1]

தமிழில் புதுக்கவிதையின் தோற்றத்திற்கான சமூகச் சூழல், உருக்கொண்டிருந்தது. நூறு ஆண்டுகளுக்கு முன் தோற்றமெடுக்காத, ஒரு 50 ஆண்டுகளுக்கு முன் தளிர் விட்டு வளர்ந்து வந்த நடுத்தர வர்க்கம், திட்ட வட்டமான தெளிவான தோற்றத்தை அறுபதுகளில் பெற்றது. சமுதாய அரங்கிற்கு புதிதாக வந்த இந்த பகுதியின் உணர்வ அலைகளை, வெளிப்படையாக மேலெழுந்த புதிய விஷயங்களை வெளியிட பழைய மரபு வடிவம் போதுமானதாக இல்லை. எனவே புதிய முயற்சிகள் வெளிப்பட்டன. "அறுபதுகளில் எழுத்து பத்திரிகை வாயிலாக சோதனை முயற்சிகள், அன்றைய அதற்கு முந்திய ஆங்கிலக் கவிதைகள் வாயிலாகப் பெறப்பட்ட உத்வேகத்தோடு தோன்றின. இதுதான் தமிழில் புதுக்கவிதையின் தோற்றம்"[2]

---

1. கோ.கேசவன், தமிழ் சிறுகதைகளில் உருவம் – பக்கம் 11

2 2. க.பூரணசந்திரன், மேலும் இதழ் – ஆகஸ்ட் 90

எழுத்து கவிதைகளின் தோற்றம், நோக்கம் சோதனை முயற்சிகளே. அதனால் சோதனை முயற்சி என்ற அளவிலேயே நின்றன. மிகக் குறுகிய விரல்விட்டு எண்ணத்தக்க மேல்மட்ட வாசகர் வட்டத்தை மீறவில்லை. மீறாததால் தாக்கமும் இல்லை. ஆனாலும் அந்த வடிவத்திற்கு, ஒரு சமுக அவசியம் நிலவுவதால் தொடர்ந்து நீடிக்க முடிந்தது.

ஆனால் வாசகர்களுக்கும் கவிதைக்கும் உள்ள சமுதாயத் தொடர்பை அறிந்து கொண்டவர்கள் இந்த வடிவத்தின் தேவையை உணர்ந்தார்கள். எழுபதில் வானம்பாடிக் கவிதைகளாக வெளிப்பட்டன. ஆனால் வடிவம் 'எழுத்தின்' வடிவங்களல்ல. முற்றாக வேறொரு உருவம் கொண்டது. அது மக்கள் பற்றிய கருத்திலிருந்து மக்களை நோக்கிய வடிவம் காணும் முயற்சி.

ஒரு பேச்சு, மேடை உத்தி கொண்டதாகவும், கவியரங்கப் பாணி கொண்டதாகவும் உருவம் பெற்றது. இவை பிரச்சினைகளைச் சொல்வதாக இருந்தன. ஆனால் பிரச்சினைகள் பற்றிய உணர்த்துதல் போய்ச் சேரவில்லை.

மக்கள் கவிதையின் மொழியை அவர்கள் வளர்த்தெடுத்துக் கையாளவில்லை. இன்குலாப் கவிதைகளில் 'வயல்வெளியின் கதாநாயகன்' என்ற கவிதை வந்தது. அது பற்றி இன்குலாப் தனது தொகுதியின் இரண்டாவது பதிப்பு முன்னுரையில் குறிப்பிடுகிறார் "இப்போது எழுதியிருந்தால் வயல்வெளியின் கதாநாயகனை ஓர் உழவன் மொழியிலேயே எழுதியிருப்பேன்". எழுதியிருந்தால் அது உழவனின் ஜீவனுள்ள மொழி, உரையாடல், கிராமியப் பாடல்களிலிருந்து பெற்ற வடிவம் என புதிய வடிவம் கொண்டிருக்கும் என்பதை அவர் இங்கு குறிக்கிறார்.

தலித்துகளின் கவிதையை, தலித்துகளின் மொழியிலேயே இன்குலாப் வெளிப்படுத்தியது தான் 'மனுசங்கடா' கவிதை. 'மனுசங்கடா–' பாடல் அல்ல. அந்தக் கவிதையை அரங்கேற்றும்போது அவர் பாடிக் காட்டினார் என்பது உண்மை. அந்தத் தேவை, அவர் அந்த மக்களின் முன் நின்று பேச வேண்டிய அவசியத்தால் எழுந்தது. ஒரு சிறந்த கவிதை பாடலாவதும், சிறந்த பாடல் கவிதையாவதும் ஒன்றுதான்

'எழுத்து' கால கவிதையிலிருந்து மாறுபட்ட உள்ளடக்கம். வித்தியாசப்பட்ட வடிவம் என ஊகித்தாலும், மக்களைச் சென்றடையும் மொழி வடிவம் என்பதில் 'வானம்பாடிகள்' ஒரு முறையான கருத்தாக்கத்தை வந்தடையவில்லை. மக்கள் கவிதையின் புதுமொழி, புதுவடிவம் மேலும் உருவானது. உணர்வபூர்வமாக தொடர்ந்து வளர்க்கப்படவில்லை. அதனால் சமுதாயப் பிரச்சினைகளை வாழ்வின் உறவுகளாக, எண்ண ஓட்டங்கள், சிந்தனைகளாக உள்ளடக்க மாகாமை. அதற்கான மொழியைக் கையகப்படுத்தாமை ஆகிய இவை கலைஞனுக்கும் சமூகத்திற்குமான இடைவெளியாய், போதனைகளாய் வெளியாகின.

"புதுக்கவிதை நூல் என்றால் காதல் தோல்வி, காந்தி, வரதட்சினை, முதிர்கன்னி துயரம், வேலையில்லாத் திண்டாட்டம், ஏழ்மை கண்டு இரங்கல் ஆகியவை பற்றிய பாடல்களின் தொகுப்பாக இருந்தால் போதும் என்ற மனநிலைக்கு கவிஞர்கள் ஆளாகி விட்டமையை இன்று வந்துள்ள பெரும்பாலான கவிதை நூல்கள் காட்டுகின்றன"[3]

80–களில் இந்த நிலை மாறவில்லை. ஆனால் 70–களில் வானம்பாடிகள் உதித்த போது தொடக்கத்தில் இந்த வகைக் கவிதைகள் எரிச்சலூட்டவில்லை. அப்போதுதான் புதிய வருகை ஒரு காரணம்; மற்றொன்று, புரியாமையிலும் இருண்மையிலும் புதுக்கவிதை உட்கார்ந்திருந்தபோது மற்றொரு பக்கம் மரபுச் சத்தங்கள் இழுவை நோய் கொண்டு விழுந்தபோது, வாசகர் தளம் ஒரு புதிய வரவுக்காக மடி ஏந்திக் காத்திருந்தது.

ஜனநாயகப்படுத்தலின் தேவையால், கல்வி ஓரளவு கீழ்மட்டத்திற்குப் போய்ச் சேர்ந்தது. இந்தப் புதிய மக்கள் பரப்பில் வந்தவர்கள், ஏற்கனவே கல்வி அறிவத்துறையில் ஆதிக்கம் செலுத்திய பார்ப்பனர்கள், ஊருக்கு ஒரு உயர்சாதிப் படிப்பாளிகள் போல் வந்தவர்கள் அல்ல. இவர்களுடைய வாழ்வத் தளம், மதிப்பீடு, சமுதாயம் பற்றிய சிந்தனை முறை, நாட்டுத்தன்மை ஆகியவை வித்தியாசம் வாய்ந்தது. எழுத்து, கசடதபற, தோற்றுவித்த சிந்தனைகளும், கருத்துக்களும் அவர்களால் தொட முடியாத தூரத்தில் இருந்தன. இவர்கள் என்ன சொல்கிறார்கள் என்று தெரியவில்லை என்று மருகினார்கள். இது 70 வரை நீடித்தது.

சமுதாயத்தில் புதிய வர்க்கங்களின் வருகை, உறவுகளில் மாற்றம் தொடர் நிகழ்வாகும். சமூக வர்க்கங்களில் தோன்றுகிற பல்வேறு வகை புதிய பகுதிகள், பிரிவகள், அதனால் உறவுகளில் ஏற்படுகிற மாற்றம் ஆகியவைகளை எப்போதும் சுவனத்தில் கொள்ள வேண்டும், அரசியல்வாதி, சமுதாய ஆய்வாளன் ஆகியோருக்கு மட்டுமே இது உரியது, அவர்கள் கவனித்துக் கொள்வார்கள் என்பதல்ல. தான் சார்ந்த துறையில் சாதனை படைப்பதற்கு எந்தக் கலைஞுனுக்கும் இந்த விஞ்ஞானக் கண்ணோட்டம் அடிப்படை. இன்றளவம் மிகச் சிறந்த இலக்கியங்களாக நின்று வருகின்றவை அந்தந்தக் காலத்திய புதிய வர்க்கங்களின் வருகை, மதிப்பீடுகளை அதற்கான போராட்டங்களை வைத்தவையே என்பதை கணக்கில் கொள்ள வேண்டும்.

கலை, இலக்கியத் தளங்களில் நிகழ்கிற கருத்து மோதல்களும், மாற்றங்களும், வெளியில் ஏற்படுகிற மாற்றங்கள், பிரிவகளோடு தொடர்புடையவை. நேரடியாக அல்லாமல் உணர்வு மட்டத்தில் இலக்கியமாக வெளிப்படுகிறது. அதனால் வெளிப்படையாக தோணாமல் போகலாம். நவகவிதையின் பண்புகளாக, கவிஞர் ஸ்ரீ.ஸ்ரீ சிலவற்றைக் குறிப்பிடுகிறார்.[4]

3. புதுக்கவிதைகளின் நோக்கம்: பக்கம் 60, இ.மறைமலை

4. மொழியாக்கம்: இ.மறைமலை

"செந்தூரம், குருதிச் சாந்து
சிவப்புச் செடி
சாயும் பொழுதின் அந்திப்பண்
புலியடித்த மானின் குருதி
செங்கொடி
உருத்திரைக் கண்களின்
நெருப்புச் சுடர்
கல்கத்தா காளியின் நாக்கு
இவையே வேண்டும்
நவ கவிதைக்கு
நெடியேற்றுகிற சந்தனப்புகை
நெருப்பாய்ப் பழுக்கும் நிலக்கரி
புகை கிளம்பும் உக்காக்கள்
மலர்ந்த மின்னொளி
எழுச்சி பெற்ற மக்கள் பேரணி
இவையே வேண்டும்
நவகவிதைக்கு
கழுகுகளின் இறக்கை எதிரொலி
புகைக்கூண்டுகளில் மண்டும் புகையோசை
காட்டில் கேட்கும் அரிமா முழக்கம்
முகில்களின் பேரிடி
காண்டாமிருகத்தின் அச்சுறுத்தும் கூக்குரல்
மாபெரும் ஒலிகள்
இவையே வேண்டும்
நவகவிதைக்கு
அசைப்பதும் அசைக்க வைப்பதும்
மாறுவதும் மாற்ற வைப்பதும்
பாடுவதும் பாட வைப்பதும்
உறக்கத்தைப் போக்குவதும்
உயர்வு தருவதும்
மிக மிக முன்னே
கொண்டு சேர்ப்பதும்
முழு நிறைவாக வாழ்வளிப்பதும்
இவையே வேண்டும்
நவகவிதைக்கு"

நவீன கவிதைக்கான உள்ளடக்கம், இத்தகைய புதிய கலைக்கோட்பாடுகள் முன்னுக்கு வருவது வரலாற்றுக் கட்டமைவ, வளர்ச்சிகளிலிருந்து தோன்று

கிறது. மக்களே வரலாற்றின் இயக்கு சக்தி; அவர்கள் வரலாற்றைப் படைக்கும் நாயகர்கள் மட்டுமல்ல; படைப்புக்களை நுகர்வதற்கும் உரிய நாயகர்கள் என்ற சமூக விஞ்ஞானத்திலிருந்து இது வரையறுக்கப்படுகிறது.

நவீன கவிதையின் சமூக உள்ளடக்கத்தை எழுபதுகளில் 'வானம்பாடிகள்' (வானம்பாடிகள் என்பது இங்கு ஒரு குறியீடே) உள்வாங்கிக்கொண்ட விதம், அரசியல், பொருளாதாரம் ஆகியவற்றின் நேர் காட்சியாக, பிரதிபலிப்புக் காட்சியாக அமைந்தன. புரட்சி பற்றியும், சமூகமாற்றம் பற்றியும், நிகழ்காலம் பற்றியும், எதிர்காலம் பற்றியும் அதீதக் கற்பனை கொண்ட நடுத்தர அறிவாளிகளின் பார்வையாக வெளிப்பட்டன. கால கட்டத்தின் சூழ்நிலைகளில் பொருந்திய அனுபவ சாரமாக இல்லாமல் சலசலத்தது.

ஒரு கலைப் படைப்பில், முதலில் கிடைக்க வேண்டியது, கலைஞன் வாழ்ந்து தீர்த்த அனுபவம். படைப்பின் மறுக்கவியலாத வீச்சாக இருப்பது இந்த அனுபவசாரம்தான். நம் கண்ணுக்குத் தெரிகிற பாராளுமன்றம், சட்டமன்றம், நீதி நிறுவனங்கள், அரசு, தொழிற்சாலைகள், பொருளாதாரம் இவைகளைத் தாண்டி இவைகளினால் விளைந்த மக்களின் வாழ்க்கை, அனுபவங்களில்தான் இலக்கியம் நிற்பது. பொருள்வயமான யதார்த்தத்தை அகவயமான மறுபடைப்புச் செய்தல், வாழ்க்கையாகப் பதிவ செய்தல் என்பதில்தான் கலை வாழ்கிறது.

'வானம்பாடிக்' கவிதைகளுக்கான சமூகப் பின்புலத்தை கவிஞர்கள் கிரகித்துக் கொண்ட விதமும், அவர்களின் வர்க்க மனோநிலையம் இத்தகைய வடிவம் கொண்டதற்கு முக்கிய காரணம். 'வசந்தத்தின் இடிமுழக்கம்' இந்தியாவெங்கும் அலைகளை அதிரவிட்டிருதது. அந்த அதிர்வகள் தெற்குக் கடலோரத்தில் ஒண்டிக்கிடக்கும் தமிழகத்திலும் எதிரொலித்தது. திரிபுவாதக் கட்சிகளின் முழக்கங்களும் செயல்களும் நீர்த்துப் போய் அம்பலப்பட்டு நின்றன. ஆட்சிக்கு வந்த திராவிட இயக்கங்களின் கலாச்சாரம், தோலுரிந்து எரிச்சலூட்டியது.

நக்சல்பாரி எழுச்சியை, இங்கு நடுத்தர படிப்பாளி வர்க்கம், தனக்கேயுரிய இயல்பில் வீரசாகசமாக எடுத்துக் கொண்டது. நக்சல்பாரி எழுச்சியானது அதற்கான நடைமுறைகள், போராட்டங்கள், மக்கள் திரளின் பங்கு, அனுபவமாக உள்வாங்கப்படாமல், கருத்துத் தூதுவனாக, சமுதாய அரங்கிற்கு வந்து கொண்டிருந்த நடுத்தர வர்க்கத்தின் அரசியல் கலாச்சார நடைமுறையாக வெளிப்பட்டது. கவிதைகளில் வெளிப்பட்டதும் இந்தப் பண்புதான்.

புரட்சிகர நடைமுறையின்றி, ஒரு கற்பனா ரூபத்தில் படிப்பாளிகள் எதிர்கொண்ட இதே மாதிரியான சீன சூழல் பற்றி தோழர் லூசூன் குறிப்பிடுவார்: "கலை மட்டுமே புறநிலைகளை மாற்றிவிடும் என்ற கருத்தை வளர்த்தீர்களானால் நீங்கள் ஒரு கற்பனாவாதியைப் போல பேசுகிறீர்கள். இலக்கியவாதிகள் எதிர்

பார்ப்பதுபோல் நிகழ்ச்சிகள் நடைபெறுதல் மிகவும் குறைவு. இதனால்தான் புரட்சியை நேசிக்கும் இத்தகைய எழுத்தாளர்கள் ஒரு பெரும் புரட்சிக்கு முன்னரே சீரழிந்து போகிறார்கள். பழைய சமுதாயம் அழிந்து தரைமட்டமாகப் போகிற வேளையில், புரட்சிகரத் தோற்றம் தரும் பல படைப்புகள் வெளிப்படும். ஆனால் உண்மையில் அவை புரட்சிகர இலக்கியமாக இருக்கா. உதாரணமாக ஒருவன் பழைய சமுதாயத்தை வெறுக்கிறான். ஆனால் அவனிடம் இருப்பதெல்லாம் பழைய சமுதாயத்தின் மீதான வெறுப்பு மட்டுமே. எதிர்காலம் பற்றிய முழுமையான கண்ணோட்டம் என்பதே இல்லை. சமூக மாறுதல்களுக்காக உரத்த குரல் எழுப்புவான். ஆனால் அவன் எத்தகைய சமுதாயத்தைக் காண விரும்புகிறான் என்று கேட்டீர்களானால் அது ஒரு யதார்த்தமற்ற கற்பனை உலகமாக இருக்கும் அல்லது உணவாலும், மதுவாலும் வயிறு உப்பியவன் மேலும் மேலும், உண்ணும் திறனை அதிகரிக்க, லேகியம் சாப்பிடுவது போல், ஏதாவது ஒரு பெரிய மாற்றம் வந்து உணர்வுகளைத் தூண்டிவிடும் என்று இத்தகையவர்கள் விரும்புகிறார்கள்"[5]

புரட்சியையும், சமூக மாற்றத்தையும் அதீதகற்பனையாகக் கொண்டதன் இன்னொரு பலவீனமான வெளிப்பாடு குறிப்பான பகுதிச் சூழல் இல்லாமல் வெளிப்பட்டது. தமிழ்க் கவிதைத் தளத்தில் இந்த அம்சம் முக்கியமானது. ஈழத் தமிழ்க் கவிதைகள் உயிரோட்டமுடன் வெளிவரக் காரணம், பிரச்சினைகளை வெளிப்படுத்துவது மட்டுமல்ல. அந்தப் பகுதியின் வாழ்க்கைச் சூழலாக, குறிப்பான பகுதிக்குரியதாக வெளிப்படுவதாகும். மாறாக, நமது கவிதைகளிலோ, இடம், சூழல், மனிதர் என்றில்லாமல் அரூபமாக வெளிப்பட்டன.

மொழி என்பது மனிதனின் பிரக்ஞையாக வெளிப்படுகிறது. பார்த்தல், உணர்தல், அறிதல், நுகர்தல் ஆகியவை கட்புலன்கள் வாயிலாக, மனிதனின் பிரக்ஞையாக வெளிப்படுகின்றன. பொருட்களோடும், மனிதர்களோடும் செயல்படுவதற்கும் உறவு கொள்வதற்கும் இந்த உணர்வுப் புலன்கள் இருக்கிறபோதே, மொழி இவை எல்லாவற்றிற்கும் மேலாக, மனித உறவு களுக்கானதாக செயல்படுகிறது. "பிரக்ஞையைப் போலவே, பிற மனிதர் களுடன் நிகழும் விவாதத்தின் தேவையிலிருந்து அது உருவாகிறது" என மார்க்ஸ் குறிப்பிடுவார்.

சமூக மாந்தர்களுடன் மனிதன் கொள்ளும் உறவாக மொழி செயல்படுகிற போது மொழியின் ஊடகமாக தரப்படும் இலக்கியம் சமூக மாந்தர்களுடனான உறவுக்கானதாக வெளிப்படுகிறது. மொழி எப்படி ஒரு மனிதனின் நடைமுறைப் பிரக்ஞையாக அவனுக்கானதாகவும், பிறமாந்தர்களுக்கானதாகவும் செயல் படுகிறதோ, இலக்கியமும், ஒரு கலைஞனின் படைப்புப் பிரக்ஞையாகவும் மற்ற மாந்தர்களுக்கானதாகவும் ஒரே நேரத்தில் நிகழ்கிறது.

---

5. லூசுன் – புதிய இலக்கியம் குறித்த சில சிந்தனைகள்

இந்த மற்ற மாந்தர்கள் என்று சொல்லப்படுவது வாசகர் தளம் ஆக உள்ளது.

நுகர்வோர் தளம் பற்றிய கருத்தாக்கம் உருப்பெற்றது, சமூகவியல் ஆய்வுகள் தொடங்கிய பின்தான், அதற்கு முன்னும் அது பற்றிய புரிதல் இருந்தது. ஆனால் திட்டவட்டமாக, தெளிவான வரையறுப்புக்கள் உருவானது ஒரு வரலாற்றுக் காலகட்டத்தில்தான். நுகர்வோர் என்ற வார்த்தை முதலாளித்துவ சமூகத்துக்கு முன் இருந்ததில்லை. மொழி கூட, அந்தந்தப் பகுதி, சாதி, மக்கள் பிரிவக்கு ஏற்றாற்போல் மாறி இருந்தது. ஒரே மாதிரித் தமிழ் எல்லா இடத்திலும் இருந்ததில்லை. நிலமானிய சமூகம் உடையாத காலம் வரை இருந்த படைப்பாளி கவிஞனே. கவிஞர்கள் அணுகும் வாசக எல்லை மிகச் சின்ன வட்டமாக இருந்தது. அவர்களின் படைப்புக்களுக்கு பரந்துபட்ட வாசகர் தளம் இல்லை. வாசகர்கள் எனப்படுவோர் அரசர், அரசவையினர், செல்வந்தர், கற்றறிந்த சிறுபான்மையினரே.

அப்போது எல்லாப் பகுதிக்கும், எல்லா மக்கள் திரளுக்கும் பொதுவான பொருட்கள் என்பதில்லை. பொதுவான பொருட்களும் ஒரே மாதிரி விற்பனையும் இல்லை. பண்டமாற்று மட்டுமே உண்டு. ஆனால் இப்போது ஒரே மாதிரியான பொருட்கள், உலகின் ஏதோ ஒரு மூலையில் உற்பத்தி செய்யப்பட்டு உலகெங்கிலும் அள்ளித் தெளிக்கப்படுகின்றன. எனவே ஒரே மாதிரியான சந்தைக்கான நுகர்வோர்கள் தேவைப்படுகிறார்கள்.

இவை பொருட்களின் வினியோகம் சம்பந்தப்பட்டதாக இருக்கிறபோது, முதலாளிய சமூகத்தின் வருகைகளினூடே கல்வி ஜனநாயகபடுத்தப்படுதல் அவசியமானது. பரந்துபட்ட மக்களைப் போய்க் கல்வி சேருவதும், கல்வி வளர்ச்சியினால் பெறும் பயன்கள் முதலாளியத்திற்கு சாதகமாய் ஆக்கப்படுவதும் உடன் நிகழ்வானது. உயர் வர்க்கத்தினருக்கே கல்வி என்ற நிலைமை ஜனநாயக மறுப்பாகும். கல்விப் பரவலும், அதனால் வளர்ச்சி பெற்ற விரிந்த வாசகர் தளமும், ஏகாதிபத்திய கலை இலக்கிய, கலாச்சாரத்திற்கு நுகர்வோர் தளங்களாக, சந்தை மதிப்பீட்டின் அடிப்படையில் பார்க்கப்படுகிறது.

நாம் இங்கு குறிப்பிடும் இலக்கிய நுகர்வோர் தளம் என்பது செறிவான உள்ளடக்கம் உடையது. பரந்துபட்ட மக்கள் என்ற அர்த்தம் கொண்டது. வாசகர் தளம் என்ற சொல்லாலேயே, இனி நாம் குறிப்பிடுவோம்.

வாசகர் தளம் பற்றிய கருத்து ஒவ்வொரு படைப்பாளியிடமும் இயல்பாக உள்வாழ்கிறது.

எத்தகைய வாசகர் தளத்துக்காக வழங்குகிறோம் என்ற பிரக்ஞை இல்லாமல் எந்தப் படைப்பாளியும் இல்லை.

ஜெயகாந்தனிடம் ஒருமுறை, உங்கள் படைப்புக்களில் சில புரியவில்லையே என்று கேட்டபோது, "நீங்கள் படிப்பது உங்களுக்குப் புரியவில்லை என்றால், அது

உங்களுக்காக எழுதப்பட்டது அல்ல. வேறு யாருக்கோ எழுதப்பட்டது என்பதுமா புரியவில்லை? புரியவில்லை என்றால் பேசாமல் விட்டுவிடுங்கள்" என்றார். யாருக்கோ எழுதப்பட்டது என்ற பதிலிலிருந்து ஒரு குறித்த வாசகர் தளம் நோக்கி, தன்னைக் கிரகித்துக் கொள்ளும் வாசகன் நோக்கி வழங்கப்பட்டது என்பது புரியவரும்.

இந்தச் சூழலில் தான், கட்டுரையின் தொடக்கத்தில் குறிப்பிட்ட தமிழில் புதிய வாசகர்களின் வருகையின் முக்கியத்துவம் பற்றி நாம் விரிவாகத் தெரிந்து கொள்வது அவசியமாகிறது.

50, 60–களில் பரவலாகக் கல்லி தரப்பட்டதின் காரணமாக உருவான விரிந்த வாசகர் பகுதியை எவரும் கணக்கில் கொள்ளவில்லை. 70– களிலும், 80–களிலும், சிறு கிராமம், சிறுசிறு நகரம் முதல் பெருநகரம் வரை எங்கும் படித்த வாசகர் நிறைந்து கிடந்தனர். அரசியல் தளத்தில் ஓட்டு வாங்குவதற்கான படையாக, பொருளாதார தளத்தில் வேலை இல்லாப் பட்டாளமாக இவர்களைக் கணக்கில் கொண்ட அளவுக்கு கலை, இலக்கிய வாசகர்களாக வைத்து எண்ணப்படவில்லை; அணுகப்படவில்லை. 'எழுத்து' கவிதைக்காரர்கள், புதுக்கவிதையாளர்கள் இந்தப் பெரும் வாசகர் பகுதியை அலட்சியப்படுத்திய போது, வணிகப் பத்திரிக்கையாளர்கள் இவர்களை அடையாளம் கண்டனர். தேர்ந்த சிறுவாசகர் பகுதியை மட்டும் முன்வைத்து சிற்றிலக்கிய இதழ்கள் எழுபதில் நிறைய வந்தது போலவே, பெரிய வாசகர் பகுதியை, இளைய வாசகர் பகுதியை வாரிச்சுருட்டிக்கொள்கிற மாதிரி லட்சக் கணக்கில் விற்பனையாகும் புதிய புதிய வார இதழ்கள் பெருக்கெடுத்தன.

எண்பதுகள் நமக்கு வரலாறாக இருக்கிறது. இதற்கு முன்னிருந்த பத்துகளை அது கனத்துடன் இழுத்து வருகிறது. வரலாற்று உலுக்கல்களும் சமுதாய மேல் கீழ்களும் நிறையவே நிகழ்ந்துள்ளன.

வாழ்க்கை முன்பு போல் இல்லை. போராடாதவர்களின் வாழ்க்கை வன்முறையால் சூறையாடப்படுகிறது. கருத்தியல் வன்முறையும், சமூக வன்முறையும் நியதியாக மாறிவிட்டது. மக்களுக்கான வன்முறை மட்டும் மறுக்கப்படுகிறது.

பரந்துபட்ட மக்களுக்கான வாழ்க்கையிலிருந்தும், கலாச்சாரத்திலிருந்தும் அந்நியப்படுகிற கலைஞன் அந்நியப்பட்டே ஆக வேண்டும். அந்நியப்படுதல், வாசகர் தளப் புறக்கணிப்பில் நிகழ்கிறது.

'நவீனத்துக்குப் பிந்திய கவிதை' மொழி, சூட்சும மொழி என்றும் இதைப் புரிந்து கொள்ள புதிய நவீன வாசகன் பிறப்பெடுக்க வேண்டுமென்றும் கூறப்படுகிறது.[6]

"கவிதைத் துறையில் பிறகலையின் பாதிப்புகளையும் ஊடுருவல்களையும் நாம் எளிதில் புறக்கணித்துவிட முடியாது. இத்தகைய கவிதைகளை அணுகும்

6. கோ.கேசவன், தமிழ்ச் சிறுகதைகளில் உருவம் – பக்கம் 11

போது கவிதையின் சூட்சும மொழியைப் பற்றிய புதிய பிரக்ஞையுடன் அணுக வேண்டும். எனவே புரியாத தன்மை என்பது கவிஞனிடத்தில் இல்லை. மாறாக வாசகர்களாகிய நம்மிடமே உள்ளது"[7] என்ற குற்றச்சாட்டுகள் வாசகர் மீது விசப்படுகின்றன.

இங்கு தங்களையொத்த சிறிதான ஒரு வாசகர் பகுதிக்கே தருவது, அத்தகைய வாசகர்களை உருவாக்குவது, வாசகர் யார் என்பதில் தீர்மானமான கருத்துடன் இருப்பது என்ற அம்சங்களுடன் மிக முக்கியமான ஒரு குறிப்பும் உள்ளது. அது மக்கள் ஆட்டு மந்தைகள், சிந்திக்கும் ஆற்றலற்றவர்கள், ஞாபக மறதி உள்ளவர்கள் என்று அரசியல் உலகில் காணப்படும் உயர்வர்க்க அறிவ ஜீவி மனோபாவம் (சோ, அருண்செளரி), கலை, இலக்கியத்தில் மென்மையான பாங்கான குரலில் ஒலிக்கிறது இந்த வாசக எதிர்ப்புக் குரல். பிற மாநில வாசகர்கள் முன்னேறிய ரசனை உள்ளவர்கள், தமிழ் வாசகன் மந்தைப்புத்தி கொண்டவன், கலா ரசனையற்றவன் என க.நா.சு, வெங்கட்சாமிநாதன், சுந்தர ராமசாமி வரை தொடர்ச்சியாக ஒலிக்கிறது.

அந்நியப்படாத கலைஞன், மக்களுக்கான கவிதையை, கவிதை மொழியை இந்தக் கால கட்டத்தில் கண்டெடுத்தாக வேண்டியிருக்கிறது. இங்கே கவிதை மொழி என்பது மக்கள் கவிதையின் வடிவம், நடை, பாணி, வெளிப்பாட்டு முறை அனைத்தையும் உள்ளடக்கிய ஒன்றாகும்.

இத்தகைய கவிதை மொழியின் தேடல்கள் மக்களிடமிருந்தே கிடைக் கின்றன. பழைய கிராமியப் பாடல் வடிவங்களிலிருந்து புதிய உயிரோட்டமுள்ள வடிவம் உருவாதல், பொது மக்களின் வளமுள்ள ஜீவன் ததும்பும் மொழியை பரிச்சயப் படுத்திக் கொள்ளுதல் எனப்பல. சைலேசிய நெசவாளிகளின் கவிதையில் பழைய நாட்டுப் பாடல்களிலிருந்து புதிய பாட்டாளி வர்க்கக் கவிதை நோக்கிய மாற்றத்தின் முதல் ஒளிக்கீற்றுக்களை மார்க்ஸ் கண்டார்.

"இலக்கியப் படைப்புக்களில் மொழி சார்ந்த தேடல்கள் ஒரு குறிப்பிட்ட மனிதத் தேவைகளை நிறவேற்றல் போன்ற பிற நடவடிக்கைகளில் நிறைவு காணவேண்டிய புதிய தேவைகளை முன்வைப்பவை" என்று மார்க்ஸ் கூறுவார்.

இந்தக்கருத்தினை விரித்து எடுத்துச் செல்லும் வகையில், சச்சிதானந்தன் கூறுபவை கவனத்தில் கொள்ள வேண்டியவை "ஒரு மார்க்சிய நடையியல் (stylistics) இந்தக் கோட்பாட்டிலிருந்து தான் தொடங்கப்படவேண்டியது. நடையை, தனிநபர் சார்ந்த அக்கரையாகச் சுருக்கிவிடும் பூர்ஷ்வா நடையலுக்கு எதிராக, நடைகளை ஒரு குறிப்பிட்ட சமூக, தேவைகளை உருவாக்குகிற பிரக்ஞையாக வெளிப்படுத்த இந்த நடையியல் முயல வேண்டும்."[8]

சமூக அக்கறை கொண்ட, சமூக, நடையியல் இன்று புதிய வடிவம் கொள்ள வேண்டியிருக்கிறது; இன்னும் நடுத்தர வர்க்கத்தின் பார்வையில் விசயங்களை

7. க.பூரணசந்திரன், மேலும் இதழ் – ஆகஸ்டு 90

8. மார்க்சிய அழகியல் (தமிழ்) – சச்சிதானந்தன் – பக்கம் 28

சொல்வதாக, அதற்கேற்ற ஒரு மொழிப்பிரயோகம், நடையியலைக் கொண்டதாக இருப்பதிலிருந்து அது விடுபட்டாக வேண்டும்.

சமுதாய உறவுகளில் மாற்றம் காணும் நாட்டம், இவர்கள் அளவில் உணர்ச்சிவகைப்பட்டதாகவும் உண்மையாக அந்த உறவுகளின் ஆழம் நோக்கிப்போக முடியாமையும், அத்தகைய தேடலும் ஆய்வும் அனுபவசாரமும் இல்லாமையுமே காரணம். ஒரு புதிய நடையியலை, மொழி மரபை, வடிவத்தைக் காணவேண்டிய நிலையில் தமிழ்க் கவிதை இன்றிருக்கிறது.

இன்றைய புதுக்கவிதைகளை, உருவ வித்தியாசம், வடிவ மாற்றம் என்று மட்டுமே சிலர் அடையாளம் காணுகிறார்கள். சமூகத்தில் புதுவெள்ளம் தொடர் நிகழ்வாகி ஓடிக்கொண்டிருப்பது, இது சமூகத்தின் குண அளவில் புதிய மாற்றங்களைக் கொண்டுவருவது, இந்த புதிய விசயங்களை வெளிப்படுத்த பழைய வடிவங்கள் போதாமலிருப்பது, இதனால் பழைய வடிவங்களில் மாற்றம் பெறுவது நிகழ்கிறது. உண்மையில் பழைய சிந்தனை மரபுகளை மீறுகிறபோது, சிந்தனை மரபுகளின் உடைபடுதலின் போது புதிய வடிவம் உதயமாகிறது.

வடிவம், கலைஞனுக்கும் வாசகனுக்கும் இடையேயான ஊடகம். கலைஞன் தன் அனுபவசாரத்தை உள்ளடக்கமாக வெளிப்படுத்துவதின் விளைவே, உருவமாக ஆகிறது. இந்த உருவத்தைப் பற்றிய பிரக்ஞை தங்கம், பொன் நிலுவைபோல் துல்லியமாக இருப்பது, ஒரு கண் பார்வை எடைகூட மேலே, கீழே இல்லாமல் இருப்பது அவசியம். ஒரு கலைஞன், உருவத்தை அக்கறையின்றிப் புறக்கணிப்பது, படைப்பின் உள்ளடக்கத்தை அலட்சியப்படுத்துவதும், வாசகன் உருவத்தை புறக்கணிப்பதாய் ஆகிறது. உருவத்தைப் பற்றி மட்டுமே கவலை கொள்ளும் இவ்வகை வடிவவியல் வாதமாகிறது. இரண்டு முனைப்புகளும் வாசகன் மீது அக்கறையற்ற வாசகத் தீர்மானமற்ற அலட்சிய தன்மையையே காட்டுகின்றன.

வாசகர் தளம் பற்றிய கவனிப்புடன் உள்ளடக்கத்தை, உருவத்தைக் கொண்டு பிரகாசப்படுத்துவது தமிழில் புதிய எடுப்புடன் தொடங்கப்படவேண்டும். அது ஒரு கவிதை மரபாகவோ, ஒரு தனிக் கவிஞனாகவோ இன்னும் முன்னுக்கு வரவில்லை. அதன் முளைகள், தனிப் பொறிகளாக சில கவிதைகளில், ஒரு கவிஞனின் ஏதாவது ஒரு படைப்பில் என்ற நிலையில் காணப்படுகின்றன. அது,

> *"ஞாலம் தொழுதிடும்*
> *நாள்வரும் நாள்வரும்*
> *கைவளைக் சங்கிலிபோகும் உம்*
> *கால்கள் சுதந்திரமாகும்"*

என்று வைகறையின் இனிய சந்தத்தில் வரும் எளிய பதங்களின் பிரயோகமாக இருக்கலாம். அதே மொழியில்,

மனஓசைக் கவிதைகள்

"கண்ணீரில் தீப்பிடிக்கும்
காலமிதோ வருகிறது
கனவுநன வாகுமொரு
காலமிதோ வருகிறது"

என்று, கை.திருநாவுக்கரசின் 'இங்குமொரு பூமலரும்' கவிதையாக இருக்கலாம்.

"சோத்துக்கும் குழம்புக்கும்
சொல்லி சொல்லி... சொல்லிச் சொல்லி
வேற்றுமனை ஏறி
வீதி சிரிக்க வைத்தாள்"

–பழமலையின் நவீன கதைப்பாடலாக இருக்கலாம்.

இதுவரை, நகர்ப்புற 'வெள்ளைக் காலர்' வாசகரிடம் அடைபட்ட கவிதை; இந்தக் கவிதைக்குப் புதுப்பிரதேசங்களாய் நாட்டுப்புறக் கதைகளும் சொலவடைகளும், ஜீவனுள்ள பேச்சுக்களும்.

"கிழவி கிழவி என்று
கேவலமா பேசாதே
மருதையில ஒருகிழவி
மறுசடங்கு ஆகியிருக்கா"

–இவைகளை மீட்டுருவாக்கம் செய்து, அகண்ட வாசகப் பகுதியை அடையமுடியும் பஞ்சுவின் இந்தக் கவிதையாக இருக்கலாம். அல்லது இன்குலாபின், "திருவிழா" கவிதையாக, பரிணாமனின்

"நிஜம் விளையாத பூமியும்
நெஞ்சிலாடும் கதிரும்"

கவிதையாக இருக்கலாம்.

['தளம்' நடத்திய 80 – களில் இலக்கியம் கருதரங்கில், வாசிக்கப்பட்ட கட்டுரையில் சுருக்கம்]

– சூரியதீபன்

(மனஓசை, ஜனவரி – பிப்ரவரி 1991)

உள்ளே

தொகுப்பு: 1

நினைவுச் சின்னம் | தமிழில்: முகிலன் 23
மாணவச் சிங்கங்களே | கவிஞர் கனல் 24

ஞானம் வெளைஞ்ச மண்ணு | பாரதிபுத்திரன் 26

நிரந்தர நிறம் | பாரதிபுத்திரன் 28

நீதியின் மரம் | மலையாளம்: சச்சிதானந்தன் | தமிழில்: இரணியன் 29

சிவகாசிச் சிசுக்கள் | பாரதிபுத்திரன் 32

சுதந்திரம் | ஆத்மாநாம் 33

தாய் | சீனக் கவி: குங்லீ 35

கல்லறைக்கு போனாலும் கேட்கின்ற குரல் | தெலுங்குக் கவி செரபண்டராஜூ 36

வந்தே மாதரம் | செரபண்ட ராஜூ | தமிழில்: ஏ.ஆர். பாலசுப்ரமணியன் 37

கல்லூரிகள் பட்டங்கள் வேலைகள் | கே.அறிவமதி 39

பல்கலைக் கழகம் பேசுகிறது | இன்குலாப் 41

என் காணியின் கடைசித் துண்டையும் பறித்தெடு 43
சமீஹ் –அல் காசீம்: பாலஸ்தீனம்

தொகுப்பு: 2

கட்டுக்கடங்காத கவிதைகள் | காரல் மார்க்ஸ் 45

காந்தியின் தேசம் | கே.அறிவமதி 47

எழுபத்தைந்து நாடுகள் - ஏமாற்று நாடகம் | செர்மனி : ஹென்ரிச் ஹெய்னே
தமிழாக்கம்: மருதமுத்து 49

ஒரு ஆட்சியின் நினைவாக 50

வான் கோழிகள் | சேர. சந்திரன் 52

பசி | மலையாளம்: சச்சிதானந்தம் | தமிழில் : இக்பால் 54

புத்தகங்களை எரி | ஜீவி | நன்றி: சோலைக்குயில்கள் 58

சபதம் | மூலம் : இத்தாலி | தமிழில் : நிர்மலா நித்தியானந்தன் 60

கரையில் இனியும் நாங்கள் | இன்குலாப் 61

புத்தன் படுகொலை | சுந்தரன் 65

விதை முளைக்கும் கல்லறை | நிழல்வண்ணன் 67

அரவமொடுங்கிய நள்ளிரவுகள் | ஊர்வசி 68

சோலையும் கூவலும் | ஹம் சத்வனி 70

மக்களின் உயிர் மூச்சைக் கொண்டு | தெலுங்கு மூலம்: சிவசாகர்
தமிழில்: எஸ்.வி. ராஜதுரை 71

உங்களால் முடியுமானால் | ஆங்கில வழி தமிழில்: எஸ்.வி.ராஜதுரை 72

செம்பனி விதை சிந்தும் | சீனம்: லூ லீ | தமிழில்: இளையவன் 74

தொகுப்பு: 3

கொள்ளை அடிச்ச வெளைச்சலிலே கும்பாபிஷேகம் | இசைக்கலைஞர் மாயாண்டி 75

நான் ஒரு பெண் | மார்சி அகமடி ஓஸிகூயி | தமிழில்: சாந்தகுமார் 76

ஒரு சராசரியின் சமாதானம் | இன்குலாப் 81

அவசர நிலைக் கவிதைகள் 83

கவலை | ரமேஷ் பனசே: மராத்தி 84

எங்காவது மனிதன் இருந்தால் | கஜனன் பட்: குஜராத்தி 85

தொகுப்பு: 4

கிறிஸ்துவின் சவத்துணி | மலையாள மூலம்: சச்சிதானந்தன் | தமிழில்: நிர்மால்யா 86

தோழனே... | வங்காளியில்: தேசப்பிரதாபட்டாச்சார்யா | தமிழில்: சித்தார்த்தன் 88

அடுத்த தெருவில் கோவணமும் பறிபோகலாம் | புதிய ஜீவா 89

சிறைத் தோழனுக்கு | நஸீம் இக்மத் : துருக்கிக் கவிதை | தமிழில்: சித்தார்த்தன் 92

ஒரு விஞ்ஞானியின் கவிதை | ஆங்கிலம்: பம்பாய் விஞ்ஞானி
வி.எல்.வெங்கடவரதன் | தமிழில்: வெள்ளி 95

ஓர் அவசர நிலைக்கால இரவு | இந்தியில்: தாஜி குப்தா | தமிழில் : சித்தார்த்தன் 97

18 | மனஓசைக் கவிதைகள்

நத்தை | விழிஅன்பன் 99

மூளைச்சலவை | பிரவீன் 100

வந்தே மாதரம் | சச்சிதானந்தன் | மலையாளத்திலிருந்து தமிழில் : இக்பால் 101

தொகுப்பு: 5

ஒரு கடலலைபோல | கவிஞர் செரபண்டராஜூ
(ஹைதராபாத் சிறையிலிருந்த போது எழுதியது.) 105

ஜலசவோ ஜலசா... | இளந்தீ 108

வரலாறே நாம்தான் | இசைக் கலைஞர் மாயாண்டி 110

நாமே நிலம்: நாமே விதை | மலையாளம்: சச்சிதானந்தம் | தமிழில்: இந்திரன் 111

பேனா | சீன மூலம்: அய் – குங் | ஆங்கில வழி தமிழில்: சூரியதீபன் 115

சிறையிலிருந்து அம்மாவுக்கு... | வங்காளத்திலிருந்து ஆங்கிலம் வழி தமிழில் : ம.சொ 118

ஐயா, எங்கள் சாதி எது? | தெலுங்கு: செரபண்ட ராஜூ | தமிழில்: இந்திரன் 120

அந்த 44 வெண்மணி | இளந்தீ 122

தொகுப்பு – 6

உண்மையைச் சந்தியுங்கள் | கன்னடம்: சித்தலிங்க பட்டன ஷெட்டி
தமிழில்: இந்திரன் 125

ஓசை நியாயங்கள் | மூலம்: TO HUU – வியட்நாம். | தமிழாக்கம்: புதுவை ஞானம். 128

நாட்டுப்பூக்கள் | மு.சுயம்புலிங்கம் 131

இந்தியா | மு.சுயம்புலிங்கம் 135

கடலலைகளில் ஒரு கண்ணீர் துளி | இளந்தீ 136

என்னங்க நாடு | கே.அறிவமதி 138

கசாப்புக்காரன் | வரவர ராவ் 140

சுதந்திரத்தின் நடனம் | வரவர ராவ் 143

மனஓசைக் கவிதைகள் | 19

தொகுப்பு-7

இறக்கைகள் இழந்த வண்ணத்துப்பூச்சி | புதிய ஜீவா 144

இடிபாடுகளிலிருந்து... | கார்லோஸ் காஸெரெங் | தமிழில்: எஸ்.வி.ராஜதுரை 146

ராதை என்று அழைக்காதீர்! | மலையாளத்தில் : சச்சிதானந்தன்
தமிழில் : சே.சேவற்கொடியோன் 147

சாமான்களாய்..... | பஞ்சு 150

குள்ளனின் பாடல் | ஆப்பிரிக்க கவிதை | தமிழாக்கம் : பஞ்சு 151

அம்மா! | தெலுங்கு மூலம்: சிவசாகர் | தமிழில்: தரணிராஜன் 153

காவேரிக்கரை நெசவாளி | மலையாளத்தில்: சச்சிதானந்தன் | தமிழில்: சுகுமாரன் 156

நக்சல்பாரி | ஆங்கில மூலம்: வருண சங்கர். | தமிழில்: கோ.சடை, கலைச் செல்வன் 159

விழிப்புற்ற ஒரு பாட்டாளியின் கேள்விகள் | ஜெர்மானிய மூலம்: பிரெக்ட்
தமிழில் எழுதியது: வெள்ளி. மாறன் 161

இலங்கையிலிருந்து ஒரு கவிதை | செல்வி 163

ஓ துர்பாக்கியமானவர்களே! | பெர்டோல்ட் ப்ரெக்ட் | தமிழில் : இந்திரன் 165

எழிமலா | மலையாளம்: சச்சிதானந்தன் | தமிழில் : புதிய பரிதி 166

புயலின் பாடகன் | கோவிந்தராஜ் 169

இலக்கு | இளமுருகு 173

பிஞ்சுகள் படுகொலை | டாடியூஸ் ரோஜ்விஷ் (போலந்து) 176

என்னை மன்னித்துவிடு | ருசிய மூலம்: மீர்ஜா ஜெலோவனி
ஆங்கிலம் வழி தமிழில்: நதி 178

சபிக்கப்பட்ட நகரம் | மனுஷ்யபுத்திரன் 180

சக்கரவர்த்தியுடன் ஒரு விவாதம் | பாரதிபுத்திரன் 186

தொகுப்பு- 8

மதுக்கிண்ணங்களில் ரத்தம் | சீன மூலம்: லு யூவான்
ஆங்கிலம் வழி தமிழில்: இந்திரன் 189

சினங்கொண்ட தலைமுறை | மசிசி குனெனெ: தென் ஆப்பிரிக்கா
ஆங்கிலம் வழி தமிழில்: இந்திரன் 190

ஓர் அடையாளமில்லா முஸல்மானின் விருப்பங்கள் | மனுஷ்ய புத்திரன் 192

எழுத்தறிவில்லாத இறைவன் | அராபி மூலம்: அப்துல்லா அல் உதாரி
ஆங்கில வழி தமிழில்: இந்திரன் 195

கவிதையின் ரத்தம் | மலையாளம்: சச்சிதானந்தன் | தமிழில்: நிர்மால்யா 197

சிலைகளின் காலம் | சுகுமாரன் 199

தொகுப்பு 9

பலம் வாய்ந்த மனிதன் | உதவியவர்: உதய் | தமிழில்: நதி 202

தகுதி | உதவியவர்: உதய் | தமிழில்: நதி. 204

தீர்ப்பு நாளின் இரவு | விஸ்வநாத பிரசாத் திவாரி
மலையாள வழி தமிழில்: சுகுமாரன் 206

கணக்கை முடியாதிருக்கும் காலம் | எபன்: ஈழம் 208

மரணித்த தோழனுக்கு | குப்பிளான் ஜெகன் 210

எறும்பின் ஓலம் | சுசீந்திரன் (ஈழம்) | செர்மனி: தூண்டில் இதழ் – எண் 42 212

ஏக்கம் | சுகுணா: ஜெர்மனி | செர்மனி: தூண்டில் இதழ் – எண் 37 214

துப்பாக்கிக்கு மூளை இல்லை | புதுமை 216

இதோ ஒரு வருகை | ஸ்பார்க் அந்திரேய் 217

தொகுப்பு: 1 (1981–82)

நினைவுச் சின்னம்

தியன் அன் மென் சதுக்கக் கவிதை
தமிழில்: முகிலன்.

ஒரு நட்சத்திரம் மடிந்து விழலாம்
ஆயினும் அதன் பிரகாசம்...
ஒரு மலர் வாடி விடலாம்
ஆயினும் அதன் மணம்...

எமது புரட்சி வீரர்கள்
இம்மண்ணிலே சிந்திய
செங்குருதி காய்ந்திருக்கலாம்
ஆயினும் அதன் நினைவு

எமது கொடிகளிலே
எமது நினைவுகளிலே
அழுத்தம் நிறைந்த
செவ்வணக்கமாகச் சித்திகரிக்கப்பட்டுள்ளது.

மனஓசை: நவம்பர் 1981

மாணவச் சிங்கங்களே

கவிஞர் கனல்

மாணவச் சிங்கங்களே! – தமிழ்
மாண்புடை நண்பர்களே!!

வேலைகள் இல்லா
வேதனைக் காரிருள்
ஞாலப் பரப்பனில்
நாட்டியம் ஆடுது

காரணம் எண்ணுங்களே! – மறக்
காரியம் பண்ணுங்களே!   (மாணவ)

மூலதன மெனும்
மொட்டைக் குரங்குகள்
சீலத் திரையினுள்
தேசத்தை ஆளுது

சிந்தித்துக் கூடுங்களே! – சினத்
தீயெடுத் தாடுங்களே!   (மாணவ)

காலம் எனுங்குயில்
கானகப் புன்னையில்
பாலமுதப் பண்ணை
பாடி அழைக்குது

கேட்டிட வாருங்களே! போர்க்
கூட்டினில் சேருங்களே!

பள்ளி படிப்புகள்
புள்ளிக்கு உதவாமல்
கொள்ளிவாய்ப் பேயெனக்
கொட்டம் அடிக்குது

ஏன்னென எண்ணுங்களே! – அதை
எட்டி உதையுங்களே!   (மாணவ)

ஆணவம் என்கிற
ஆமைகள் நாட்டினில்
கோணல் மதியுடன்
கோன்மை புரியுது.   (மாணவ)

வீரத்தில் நில்லுங்களே! ஆணி
வேரினைக் கொல்லுங்களே!   (மாணவ)

செந்தமிழ் சொல்லினில்
தேசத்தை ஏய்க்கிற
தொந்திகள் நாள்தோறும்
சுற்றுலா செய்யுது.

முற்றுகை செய்யுங்களே! அவை
முற்றும் ஒழியுங்களே!   (மாணவ)

பூந்தமிழ் நாட்டினில்
போரிடும் பாதையில்
நீங்கள் நடக்காமல்
நும்மிடர் தீராது

எண்ணித் துணியுங்களே – தமிழ்
மண்ணில் போரிடுங்களே!

மனஓசை: நவம்பர் 1981

ஞானம் வெளைஞ்ச மண்ணு

பாரதிபுத்திரன்

ஞானம் வெளைஞ்ச மண்ணு - இது
ஞானப்பயிர் செழிச்ச மண்ணு!

வேதாந்த வித்தகரும்
சித்தாந்த சித்தர்களும்
ஜலத்திலும் தீயினிலும்
ஜெனிச்சு வந்த பூமியல்லோ...

முக்கோடி தேவர்களும்
மூவாயிரம் இருடிகளும்
சொல்லி வச்ச இதிகாசம்
சுமப்பதெல்லாம் மூளையல்லோ...

ஞானம் வெளைஞ்ச மண்ணு - இது
ஞானப் பயிர் செழிச்ச மண்ணு!

கோயிலில் வில்லடிச்சு
கொட்டுகிற கதைகளெல்லாம்
தேனாறாய்ப் பாலாறாய்
செவிகளையே நெறப்புமல்லோ... (ஞானம்)

மீனாட்சி கல்யாணத்துல
மீந்து போன சோத்தையெல்லாம்
குண்டோதரந் திண்ண கதை
குந்தி ஒருநாள் கேட்டா
கும்பி நெறயும்மல்லோ
குணமோட்சம் கிட்டுமல்லோ   (ஞானம்)

யாருக்குத் தெரியாத
எங்களோட வேதத்துல
எவ்வளவோ சரக்கிருக்கும்
என்னழவோ யாரு கண்டா?
இது ஞானம் வெளைஞ்ச மண்ணு
ஞானப் பயிர் செழிச்ச மண்ணு!

மனஓசை: பிப்ரவரி 1982

நிரந்தர நிறம்

பாரதிபுத்திரன்

நியாயம் கேட்டு
நிமிர்ந்த நெஞ்சங்களை
உங்கள் - நீதியின்
துப்பாக்கி ரவைகள்
துளைத்த பின்னால்
எந்தநிறத் துணியை
அந்த வீரர் மேல் போர்த்தினாலும்
கொப்பளிக்கும் குருதியில்
அப்போது அது அடைவது
அந்த நிறம் தான்
அந்த நிறம் மட்டுந்தான்.

மனஓசை: மே 1982

நீதியின் மரம்

மலையாளம்: சச்சிதானந்தன்
தமிழில்: இரணியன்.

இங்கே ஒரு காற்றாடி மரம் நடுங்கள்
பித்துப்பிடித்து செத்துப்போன பாட்டியின் நினைவாய்!
இங்கே ஒரு மாதுளஞ்செடி நடுங்கள்,
தண்ணீர் வேட்கையால் உயிரைவிட்ட தந்தையின் நினைவாய்!
இங்கே ஒரு அசோக மரம் நடுங்கள்;
தற்கொலையால் உயிரைக் குடித்த தமக்கையின் நினைவாய்!

மீண்டும் வஞ்சிக்கப்பட்ட தமையன் இராசனே!
உன்னைக் கொன்ற சட்டம் இதோ

தூயவரின் உடையணிந்து
கயவர்களுக்கு மன்னிப்பு வழங்குகின்றனர்!
ஞாயவான்கள் கைகழுவுகின்றனர்!
நீ இறந்ததில் அவர்களுக்குத் தெளிவுகளில்லை;
ஆனால் நீ வாழந்திருந்ததில்
எங்களுக்கு தெளிவுகளுண்டு !
அருண், சசி, உதயன், சோய் மாத்யூ
பிரவீன், பிரேம்சந்த், இராமகிருட்டிணன்

ஒவ்வொருவரையும் ஒவ்வொரு நிமிடமும்
நாங்கள் மறக்கவேயில்லை!

நாங்கள் வாழ்ந்து கொண்டிருக்கும் காலம்வரை
அரியிருக்கைகளிலும் அழகியல் ஊர்திகளிலும்
உன்னைக் கொன்ற கொலைகாரர்கள் வீற்றிருக்கப்போவதில்லை!
நாங்கள் செத்தாலும்
மனு, ஆதித்தன், சபிதா, புட்டிபிமல்
குழந்தைகளே! நீங்கள் மறந்துவிடவேண்டாம்!

கழுமரங்களில் இரவுகளில்
கட்டித் தொங்கவிட்ட சடலங்கள்
பித்தின் முழுமதியத்திலும்
தற்கொலையின் இருளவாவிலும்
அடைக்கலம் தேடிய இளமைகள்
சொல், நாங்கள் மன்னிப்புத் தரப்போவதில்லை!

ரத்த சாட்சிகள் செந்நீர் ஊற்றி வளர்த்து
நீதிமரத்தை நாம் எங்கே நடுவோம்?
தீப்பள்ளி முற்றத்துக் கிறிஸ்துமஸ் மரத்தில்
ஒரு பூவும் இல்லையல்லவா?
வழக்கு மன்றத்து வாசல் சிலுவையின்
பச்சையிலைகள் கருத்துள்ளன இல்லையா?

தடை விதிப்புக் காவற்படைகளும்
சிறைக் கொட்டடிகளும் இல்லாத
காலம் வரும்வரை
எங்களின் பரம்பரைகள் அடங்கப்போவதில்லை!

வெட்டுண்டு வாழும் நீதியின் மரமே!
ஓரிலையில் ஒரு வரியெனும் எழுதிக்
காற்றில் உயரவிடு
கோழைகளின் ஓசையில்லாத வானகம்
ஒரு பெருமழையின் இடிமுழக்கத்தால் பிளக்கட்டும்!

இங்கே ஒரு பாலைமரம் நடுங்கள்!
ரத்தசாட்சிகளின் உயிர் அமைதிக்காக!
இங்கே காஞ்சிரம் நடுங்கள்
நாங்கள் இன்றுவரை அறிந்துள்ள
உண்மை நீதியின்
இனிமை நிறைந்த நினைவிற்காக!

இங்கே சுடலைச் சாம்பல் பூசி நடனமிடும்
ஓர் எருக்கஞ்செடி நடுங்கள்
ஒவ்வாரு நிமிடமும் சுடுகாடாய் மாறிக்கொண்டிருக்கும்
நம்முடைய மண்ணுக்காக!
நம்முடைய மனத்திற்காக!!

மனஓசை: ஏப்ரல் 1982

சிவகாசிச் சிசுக்கள்

பாரதிபுத்திரன்

மகனே!
அன்றொரு நாள்
உன்னை இடுப்பில் சுமந்து
திரும்பிய போது
'வெரல் எல்லாம்
பசையில ஒட்டிக்சிச்சு அம்மா'
என்று மழலை சிந்தி
பசை காய்ந்த பொருக்கோடு
பிஞ்சு விரல்களைப்
பிரித்துப் பிரித்துக் காட்டினாய்

மகனே!
அன்றொரு நாள் முன்னிரவில்
மருந்து தின்ற
நகக்கணுக்கள்
ரணமாகித் தகிக்க
அம்மா எரியுதம்மா வலிகுதம்மா
என்றழுதாய்

என் கண்ணே!
இனியுன் விரலில்
பசை ஒட்டாது
இனியுன் நகக்கணுக்கள்
ரணமாகாது
இன்று
செந்தீ சுழல
மருந்துவெடித்துச் சிதறிய போது,
வெந்து கருகி
சின்னா பின்னமாய்
சிதைந்து போனாயே மகனே!
இனியுன் விரலில்
கண்ணே
இனியுன் நகத்தில்

மனஓசை: ஜூன் 1982

சுதந்திரம்
ஆத்மாநாம்

எது எனது சுதந்திரம்
அரசாலோ தனி நபராலோ
பறிக்கப் படுமெனின்
அது என் சுதந்திரம் இல்லை
அவர்களின் சுதந்தரம் தான்

"உனக்கொரு அறை
உனக்கொரு கட்டிலுண்டு
உனக்கொரு மேஜை உண்டு
உனக்குள்ள ஒரே உரிமை
சிந்திப்பது மட்டும்தான்.

மாற்றாரைத் தூண்டும் உன்னெழுத்தை
எப்படி சமூகம் அனுமதிக்கும்!

"மலைகளைப் பார்
மரங்களைப் பார்
பூச்செடிகளைப் பார்
இடையறாது ஓடும்
ஜீவ நதிகளைப் பார்
பரந்த கடலை பார்
இதமூட்டும்
கடற்கரையைப் பார்

எவ்வளவு இல்லை நீ பார்க்க
ஏன் அக்கசடர்களைக் குறித்து
வருந்துகிறாய் குமுறுகிறாய்
எழுத்துக் கூட்டங்களைச் சேர்க்கிறாய்

உன் வேலை
உன் உணவு
உன் வேலைக்குப் போய்வரச் சுதந்திரம்
இவற்றிற்கு மேல்
வேறென்ன வேண்டும்!

சாப்பிடு தூங்கு மலங்கழி
வேலைக்குப் போ
உன் உயிர் மீது ஆசையிருந்தால்
குறுக்கிடாதே"

மனஓசை: ஜூலை 1982

தாய்

சீனக் கவி: குங்லீ

அடிமைத் தாயகத்தில்
புரட்சி அலைகள்
பீறிட்ட போது
காலியான வயிற்றோடு
நிறைவான கொள்கைகளோடு
போராடிய அந்த நாட்கள்
மறக்க முடியாதவை.

உண்மை,
நானொரு ஏழையாயிருந்தேன்
எனது இதயமும்
ஒரு புல்லாங்குழலும் மட்டுமே
எனக்குச் சொந்தமாயிருந்ததன.
ஆனால் அளக்கமுடியாத ஒரு கடல்
எனக்குச் சொத்தாயிருந்தது
அது என் மக்கள்

நான் எப்போதும்
எனக்குரியவனில்லை
மக்களே எனது தாய்.
மக்களுக்குப் பணியாற்றவே
அவர்களுக்குப் பாடலிசைக்கவே
நான் விரும்புகிறேன்.

மனஓசை: ஜூலை - ஆகஸ்டு 1982

கல்லறைக்கு போனாலும் கேட்கின்ற குரல்

தெலுங்குக் கவி செரபண்டராஜூ

சமுதாயக் கொடுமைகளை - சாதாரண மனிதன்அனுபவிக்கும் துன்பங்களை வெடி மருந்து வார்த்தைகளால் வெளியிடுவோம். மக்களின் இதயங்களில் வெப்பமாய் புதுத் தீ பரவச் செய்வோம் என்ற உத்வேகமுடன் 1967ஆம் ஆண்டு தெலுங்கு இலக்கியக் கடலில் எழுந்த மாபெரும் அலைதான் 'திகம்பர கவிதா உத்யமம்.'

அந்த இயக்கத்தின் உயிர்நாடியாகத் திகழ்ந்து திக்சூசி வந்தே மாதரம், காந்தி யுத்தம், கௌரம்ம கல்லு, முட்டடி முதலிய கவிதை தொகுப்புகளை 'பிரஸ்தானம்', பல்லவி, 'மா பல்லே' என்ற புரட்சிகர நாவல்களை எழுதி வெளிட்டார் மக்கள் கவி செரபண்டராஜூ.

1971 ஆம் ஆண்டு வீரசம் (புரட்சி எழுத்தாளர் சங்கம்) உருவான போது அதன் பொதுச் செயலாளராக செரபண்டராஜூ பணியாற்றினார். அவர் ஈடுபட்ட இலக்கிய பணி காரணமாக – பலமுறை அரசாங்கத்தின் அடக்குமுறைக்கு ஆளானார். சிறையில் வாடும்போதே கொடுமையான மூளைப்புற்று அவரைத் தாக்கியது. ஐந்தாறு ஆண்டுகள் நோயுடன் போராடிய செரபண்டராஜூ 1982 ஜூலை மாதம் ஐதராபாத் மருத்துவமனையில் இயற்கை எய்தினார்.

முப்பதெட்டு ஆண்டுகளுக்கு முன்பு ஐதராபாத் அருகிலுள்ள அங்குசபுரம் என்ற கிராமத்தில் ஒரு விவசாயக் குடும்பத்தில் பிறந்த இவரது இயற்பெயர் பி.பாஸ்கர் ரெட்டி ஒரு தெலுங்கு ஆசிரியராய் வாழ்க்கையை தொடங்கி, தெலுங்கு தேசத்தின் புதிய ஆசிரியனாய் பரிணமித்த புரட்சிக்கவியின் நினைவாக இக்கவிதையை வெளியிடுகிறோம்.

வந்தே மாதரம்

செரபண்ட ராஜூ
தமிழில்: ஏ.ஆர். பாலசுப்ரமணியன்

ஓ! என் அன்பார்ந்த தாய்த் திருநாடே!
தாய் தந்தை தெய்வம் நீதான் அம்மா!
கொடியவருடன் படுக்கையில் புரளும்
- கற்பு உன்னுடையது
சர்வதேச சந்தையில் ஒவ்வொரு உறுப்பும் அடகு வைக்கப்பட்ட
- அழகு உன்னுடையது
செல்வந்தர் கரங்களில் மெய் மறந்து உறங்கும்
- பருவம் உன்னுடையது.
உமிழ்ந்தாலும் புழுதிவாரித் தூற்றினாலும் சலனமே இல்லாத
மயக்கம் உன்னுடையது.
அறுவடைக்கு வந்த விளைச்சல் வயல்களில்
வளைகளைத் தோண்டும் எலிகளையும் பெருச்சாளிகளையும்
தாங்கி நிற்கும் பாரதத் தாயே!
நீ! வாய்க்கு எட்டாத செல்வச் செழிப்பு மிக்க பூமியம்மா!
வந்தே மாதரம்! வந்தே மாதரம்!
உடல் மீது துணிகளாய்க் கொடிகள் செய்து

ஆடையில்லாமல் ஊர்வலம் வரும்
- துணிவு உன்னுடையது.
கடன் வாங்கி எழுப்பிய மாளிகைகளில்
கால் வெந்த பூனையாய் அலையும்
- பரிதாபம் உன்னுடையது.
காய்ந்து சருகான மார்பகங்களைத் தேடும்
குழந்தைகளை சமாதானப்படுத்தமுடியாத
சோகம் உன்னுடையது.
பசியால் வாடி வதங்கி இரவில் நகைகளுடன் வீதிக்கு வந்த
- அலங்காரம் உன்னுடையது.
அம்மா பாரதமே! நீ சேர வேண்டிய இடம் தான்
- எது தாயே!
வந்தே மாதரம்! வந்தே மாதரம்!

மனஓசை: ஜூலை - ஆகஸ்டு 1982

கல்லூரிகள் பட்டங்கள் வேலைகள்

கே.அறிவமதி

பட்டங்கள்
சிலருக்கு
கல்யாண அழைப்பிதழின்
கௌரவப் பிரச்சனை
மட்டுந்தான்.

பலருக்கோ
பட்டங்கள்
சொத்துக்களை
விற்று வாங்கிய
லாட்டரிச் சீட்டுகள்.

இந்தியாவின்
எதிர்காலமே
உங்கள் கையில்தான்
இருக்கிறது..
பட்டமளிப்பு விழாவில்
எங்களுக்கு கிடைத்த
பாராட்டுரையிது!

ஆனால்...
எங்களின் எதிர்காலமோ
அரசாங்கம்
நிர்ணயித்துள்ள
ஐம்பது ரூபாயில் அல்லவா
இருக்கிறது!

விமர்சனத்திற்கு அப்பாற்பட்ட
கவிதையான
என்
தாயின் விமர்சனம்
இப்போது
நினைவிற்கு வருகிறது
'உன்னைப்
படிக்கவைத்த செலவில்
நான்கைந்து
எருமை மாடுகள்
வாங்கியிருந்தாலாவது...

உண்மைதான்
எருமை மாட்டின் விலை
ஐம்பது ரூபாய் அல்லவே!

மனஓசை: ஜூலை ஆகஸ்டு 1982

பல்கலைக் கழகம் பேசுகிறது
இன்குலாப்

புனிதங்களை மாசுபடுத்தும்
போராட்டக்காரர்களே!
கலைமகள் ஆலயத்தையும்
களங்கப் படுத்தாதீர்கள்.
கண்ணும் காதும்
கெட்டுப் போனவர்களே!

கலைமகளை ஆராதிக்கக்
கொளுத்திய தீபத்தை
மதிப்பெண் பட்டியலை
எரித்த தீ என்றும்
அவள் வீணா கானத்தை
எங்கள்
குறட்டை ஒலியென்றும்
என்ன தைரியம்
இருந்தால் சொல்வீர்கள்?

வீட்டுக்கும் கல்லூரிக்கும்
இடையிலுள்ள வழியைத் தவிர
வேறு வீதிகளைப் பற்றி
சிந்திக்கக் கூடாத
ஆசிரியர்களே!
மாணவர்களே !
எங்கு வந்தீர்கள்?
நீங்கள் கிளப்பிய
வீதித் தூசுகளால்
கலைமகளின் வெள்ளையாடை
கறைபட்டுப் போனதே!
பழங்குப்பையான
பாடத்திட்டத்திலிருந்து
கொட்டுந் தூசியால்

மூக்கடைக்கிறது
என்றா முணங்குகிறீர்கள் ?
தூசுகளா அவை ?
மெக்காலே...
பாவப்பட்டு
இந்திய நெற்றிக்குப்
பட்டை போட்டுத் தந்த
திருநீற்றின் மிச்சம்..!
புனிதமான
அத்திருநீற்றால்
நீங்களும் பட்டை போட்டு
மாணவர்களுக்கும்
போட்டுவிடுங்கள்
இந்திய நெற்றி அகலமானது.

'மனப்பாடம் செய்ததில்
ஒன்றிரண்டு மறந்தாலும்
ஒட்டு மொத்தமாக மட்டும்
காப்பி அடிக்காதீர்கள்
ஒரு மாண்புமிகுவின் மகன்...
ஒரு காவல் அதிகாரி பெற்ற கண்மணி...
ஒரு நீதிபதியின் நேசச் செல்வன்...
ஒரு கல்லூரித் தாளாளரின் கடைக்குட்டி...
இப்படி
ஒன்றிரண்டு பேர்கள்
காப்பி அடிக்கலாம்...
தேசத்துக்கு உழைத்துத்
தேய்ந்து போனவர்களின்
பிள்ளைகளுக்கு
இச்சலுகையும்
இல்லாமற் போனால்
கல்லூரி எதற்கு - பல்கலைக்
கழகமும் எதற்கு?

மனஓசை: ஜூலை ஆகஸ்டு 1982

என் காணியின் கடைசித் துண்டையும் பறித்தெடு

சமீஹ் –அல் காசீம்: பாலஸ்தீனம்

(மனித உயிர் குடிக்கும் அடக்குமுறைகள் தொடர்ந்தாலும் அவை விடுதலைக்குப் போராடும் மக்களை வென்றதாக சரித்திரம் இல்லை. எவ்வளவு ஆழமாய், குரூரமாய் அடக்குதல் செலுத்தப்படுகிறதோ அதற்கும் மேல் வீரியமாய் சுதந்திரத்திற்கான குரல் மேலெழும்புகிறது. இம்மாதிரியான வெளிப்பாடுகளே ரத்தமும் சதையுமான பாலஸ்தீனர்களின் கவிதைகள்.)

என் காணியின் கடைசித் துண்டையும் பறித்தெடு,
என் இளைமையை சிறைக் கூண்டினுள் புதைத்திடு,
என் முதுசொத்தையும் கொள்ளையடி,
என் நூல்களை எரித்திடு,
என் கோப்பைகளில் உன் நாய்களுக்கு இரைபோடு,
போ, என் ஊரிலுள்ள கூரைகளின் மீது
உன் பயங்கர வலைகளை விரித்திடு,
மனிதனின் எதிரியே
நான் விட்டுக் கொடுக்க மாட்டேன்
இறுதி வரை போராடுவேன

என் கண்ணெதிரே
நீ எல்லா விளக்குகளையும் அனைத்தாலும்
உதடுகளின் முத்தங்கள் அனைத்தையும்
உறைவித்தாலும்
என் நாட்டின் காற்றினை
சாபங்களால் நிறைத்தாலும்
என் ஓலமிடும் குரல்வளையை
அமுக்கி ஒடுக்கினாலும்
என் காசுகள்போல் பொய்க்காசு தயாரித்தாலும்
என் பிள்ளைகளின் முகத்தின் முறுவலைப்
பிடுங்கி எடுத்தாலும்
இகழ்ச்சி ஆணி கொண்டு
என் விழிகளில் அறைந்தாலும்

மனிதனின் எதிரியே
நான் விட்டுக் கொடுக்க மாட்டேன்
இறுதி வரை போராடுவேன்

மனிதனின் எதிரியே
துறைமுகங்களில் சைகைகள் உயர்த்தப்பட்டு விட்டன,
காற்றெங்கும் அழைப்புகள் நிரம்பிவிட்டன.
எங்கெங்கும் அவை தெரிகின்றன,
அடிவானத்திலே கப்பற்பாய்களைக் காண்கிறேன்
முயன்று இடர்மீறி இழப்புக் கடல்களினின்றும்
யுலிசிஸின் கப்பல்கள் மீண்டு வருகின்றன
பொழுது புலர்கிறது மனிதன் முன்னேறுகிறான்
அவன் பொருட்டாக நான் சத்தியம் பண்ணுவேன்
நான் விட்டுக்கொடுக்க மாட்டேன்
இறுதிவரை போராடுவேன்!
போராடுவேன்!!

மனஓசை: நவம்பர் 1982

தொகுப்பு: 2 (1983)

கட்டுக்கடங்காத கவிதைகள்
(காரல் மார்க்ஸ் கல்லூரி நாட்களில் எழுதிய கவிதை)

ஒருபோதும் நான் அமைதியாக
சும்மா இருக்க முடியாது
என் ஆத்மாவை எந்தவொரு
தடைதான் சூழ்ந்து நின்று
முற்றுகை தானிட்டாலும்
ஒருபோதும் நான் ஓய்ந்து
தளர்ச்சி கொள்ள முடியாது.
முடிவற்ற தொரு
போராட்டத்திற்காக தணியாது
போராடுவேன் நான்.
நாமெல்லாம் ஒன்றிணைந்து
செய்து முடித்திடுவோம்
-முயன்றதனைத்தையும் துணிகரமாய்
ஓய்வில்லை ஒழிச்சலில்லை
நம்பிக்கை நிரம்பி வழிய
எல்லாம் செய்வோம்
எப்போதும் விருப்போடு

கவலை மிகுந்து
மனமுறிவு ஏதுமின்றி
வேதனை மிகுந்த நுகத்தடியில்
தலைகுனியும் நிலையற்று

நம்பிக்கை நிரம்பி வழிய
எல்லாம் செய்வோம்
எப்போதும் விருப்போடு
நம் முயற்சிக்கும்
ஆசைக்கும் அருஞ்செயலுக்கும்
நம் நம்பிக்கையும் துணிவும்
என்றென்றும்
நிலைத்தே நிற்கும்.

மனஓசை : மார்ச் 1983.

காந்தியின் தேசம்
கே.அறிவமதி

அகிம்சை வாழ்க!
அகிம்சை வாழ்க!

போராடத் தூண்டுமந்த
புரட்சியாளர்களை மட்டும்
சுட்டுவிடுங்கள் சுட்டுவிடுங்கள்.
சுட்டாயிற்றா...
உடனே
ஒரு விசாரணைக் கமிஷனுக்கு
ஏற்பாடு செய்யுங்கள்
ஏற்பாடு செய்யுங்கள்.
செய்தாயிற்றா...

அகிம்சை வாழ்க!
அகிம்சை வாழ்க!

கூலி உயர்வு கேட்குமந்த
தொழிலாளர்களை மட்டும்
கொன்று விடுங்கள்! கொன்று விடுங்கள்!
கொன்றாயிற்றா...
உடனே
தாலிகள் அறுத்த
அவர் மனைவிகளுக்கு
உதவித்தொகை கொடுங்கள்
உதவித்தொகை கொடுங்கள்
கொடுத்தாயிற்றா...

அகிம்சை வாழ்க!
அகிம்சை வாழ்க!

வாழ்க்கையை அழகுபடுத்துவதாக
வார்த்தைகளைத் தேடுமந்த
மக்கள் கவிஞனைமட்டும்
தேசத்துரோகியென்று
சிறையிலே தள்ளுங்கள்
சிறையிலே தள்ளுங்கள்
தள்ளியாயிற்றா...
உடனே
பாவப்பட்ட அந்த
பாரதிக்கு
நூற்றாண்டு விழா எடுங்கள்
நூற்றாண்டு விழா எடுங்கள்
எடுத்தாயிற்றா...

அகிம்சை வாழ்க
அகிம்சை வாழ்க!

மனஓசை: மார்ச் 1983

எழுபத்தைந்து நாடுகள் - ஏமாற்று நாடகம்

ஹென்ரிச் ஹெய்னே , செர்மனி.

தமிழாக்கம்: மருதமுத்து.

சமாதானம், சகோதரத்துவம் என்ற முழக்கங்கள் நீட்டி முழங்கி டெல்லியில் நடுநிலை மாநாடுகள் நாடகம் நடந்து முடிந்திருக்கிறது. ஒரு ராசதந்திரியாக சமாதான விசுவாசியாக, உலக மக்களின் கண்களில் தன்னை உயர்த்திக் கொள்ள இந்திராவுக்கு இது பயன்பட்டது. ரத்தச் சதசதப்புடன் அடக்கு முறையின் ரணகாயங்களுடன், சவுக்குகளுடன், குண்டுகளுடன் உள்நாட்டுச் சித்திரம் இருக்கிறது.

செர்மானிய புரட்சிகர இலக்கியத்தின் கவியான ஹென்றிச் ஹெய்னேயின் படைப்பு நம் உள்நாட்டுச் சித்திரத்தை நினைவுக்கு கொண்டுவரும்.

ஒரு ஆட்சியின் நினைவாக

ஆளும் சபையினரும்
அமைச்சருமாகிய நாங்கள்
மிக ஆழமாக சிந்தித்து
விவாதித்து
கீழ்க்கண்ட சட்டங்களை
சாதி மத வேறுபாடின்றி
அமுல்படுத்துகிறோம்

“அவர்களிடம் எச்சரிக்கையாக இருங்கள்
அவர்கள் போகும் இடமெல்லாம்
புரட்சியின் விதையைத் தூவுகிறார்கள்
புரட்சிக்கர மனிதர்களும்
பூச்சிகளும்
எப்போதும் நம்மினத்தை
சேர்ந்தவராய் இருப்பதில்லை
ஆண்டவரே உமக்கு நன்றி!

கிறிஸ்துவனாகட்டும், யூதனாகட்டும்
ஆள்பவருக்கு கட்டுப்படுவதே
கடமையாகும்.

கிறிஸ்தவரானாலும், யூதரனாலும்
பொழுது சாய்ந்ததும்
கடைகளை மூடியே ஆகவேண்டும்.

இரவு நேரங்களில்
தெருவில் யாரும் நடமாடக்கூடாது
அப்படி யாரேனும் தெருவில் மூவர்
நடந்து கொண்டிருந்தால்
அருகில் நெருங்கி தமக்குள்
சந்திக்கும் முன்பே
கலைந்து செல்ல வேண்டும்.

நீங்கள்
ஆயுதங்களை வைத்திருக்கக்கூடாது
ஆட்சி மன்றங்களுக்கு
உடனே கொணர்ந்து
ஒப்படைத்துவிடுங்கள்
விரைவில் மரிக்க ஆசையிருந்தால்
வீட்டில்
வெடிமருந்துகள் வைத்துக் கொள்ளலாம்.

கருத்து வேறுபாடு கொண்டவர்கள்
எந்த விசாரணையுமின்றி
சுடப்படுவார்கள்
சைகையால் விவாதித்தால் கூட
இதைவிடக்
கொடிய தண்டனை காத்திருக்கிறது.

பிரதமரை மதியுங்கள்
அவர்தான் நாட்டைக் காக்கிறார்.
நாட்டிற்குத் தேவையான
நல்லனவற்றினை அவரே
அக்கறையுடன் தீர்மானிக்கிறார்

வாயை மூடிக்கொண்டு - அவர்
சொல்வனவற்றையே கேட்டு
நடந்து கொள்ளுங்கள்".

மனஓசை: ஏப்ரல் 1983

வான் கோழிகள்
சேர. சந்திரன்

பேனாவை எடுத்து கொள்
ஊற்றும் மையில்
கவனம் வை
சிவப்பு

இப்போது
முழங்கு... சீறு
நிரப்பும் வார்த்தைகளில்
கோஷங்களில்
சிரத்தை கொள்
சிவந்திருக்கவேண்டும்

'நெருப்பு விரல்கள்'
'ரத்தப் பூக்கள்' - இப்படி
கவியரங்க மேடைகளில்
கர்ஜி
கொதி சூளுரை,
தெறிக்கும் சொற்களில்
விஷயங்களில் கவனமாயிரு
சிவந்த முலாம் அவசியம்.

'சமத்துவம்'
'சோசலிசம்' - இன்னும்
'கம்யூனிசம்'
'சீரழிந்த சமூகம், மக்கள்' - இப்படி
போதுமிவை
அங்கீகாரத்திற்கும்
முகமூடிகளுக்கும்!

இப்போது மீண்டும்
அணிந்த முகமூடி வசதியில்
தோளுரசும் கந்தல் மனிதனையும்,
காலிடறும் சத்தியத்தையும்
நெஞ்சில் அறையும் நேர்மையையும்
-சௌகரியமாய்
சௌகரியத்திற்காய்
'அனல்' கொட்டியபடியே
உன்னையே அடமானம் வைக்க
ஆயுத்தம் செய்து கொள்,
அப்படியே
கவனமாய் ரொம்ப கவனமாய்
மறந்துவிடு.

மனஓசை: ஏப்ரல் 1983.

பசி

மலையாளம்: சச்சிதானந்தம்
தமிழில் : இக்பால்

இப்போதெல்லாம்
பசி
தாயின் மாராப்பில் கிடந்து
ஒரு கூக்குரலாக
தேய்ந்து ஒடுங்குவதில்லை
விரலற்ற உள்ளங்கைகளோடு
சாலையோரம்
ஈ மொய்த்துக் கிடப்பதில்லை

இன்று
பசி -
பதர்களுக்காய் நீட்டப்பட்ட
பழையதொரு முறம்.
அவ்வளவுதானா? இல்லை.

பகல் வேடக்காரர்களால்
புன்னகை பறிக்கப்பட்டு
நெரிபடும் பெண்ணின்
வற்றிப்போனக் கண்ணீர்
அவ்வளவுதானா? இல்லை.

வேலை மறுக்கப்பட்ட
இளைஞனின்
மூளைக்குள்ளே
நாளும் வளரும்
புகைவண்டியின் ஓலம்
அவ்வளவுதானா? இல்லை.

சிறைச்சாலையின்
மலர் பூக்காத மதில்மேல்
வேல் முனையில்
குத்தி நிறுத்திய தலை
அவ்வளவுதானா? இல்லை.

இன்று
பசி -
துயில் கொண்ட காடுகளின்
பேய் மழையாய்
பெய்து பெருக்கெடுக்கிறது.

பூக்களை மேய்ந்து
வளரும்
நகரங்களுக்கும்
துருப்பிடித்த கிராமங்களுக்கும்
அடியில்
பூதலங்களைக் குலுக்கி
எழுப்பும்
இடியாய்ப் பாய்ந்து படர்கிறது.

இன்று
பசியின் தலை
சிகரங்களுக்கும் மேல்
வளர்ந்திருக்கிறது.

உதைக்கிற காலை நக்கி
வாலாட்டிக் கிடந்த பசிக்கு,
இப்போது
கோபமும், ரோசமும்
சுழல் போன்ற
உறங்காத விழிகளும்
உள்ளன.

தலைநகர் தந்த கனவுகளில்
அது பயங்களை விதைக்கிறது.
பண்ணை மிராசுகளை
பந்தங்களாக்கி
கோஷ யாத்திரை போகிறது.
சுரண்டும்
பொய்யர்களை
மொட்டையடித்துக்
கழுதை மேலேற்றுகிறது.
அரசர்களுக்கு
கோமாளிக் கிரீடங்கள்
தயாரிக்கிறது.

வியர்வையின் கீதங்கள்
இசைக்கிறது.
இரத்தத்தின் கீதங்கள்
பாடுகிறது.
புதிய பிறவியின்
பொன்னிறப் புகழ்ப்பாடல்
பாடுகிறது.

இன்று
பசி -
அக்டோபரின் அக்கினிக் கோபமாய்
மோசக்காரரைச்

சுட்டுப்பொசுக்குகிறது.
மஞ்சள் நதியின்
சூறைப் புயலாய்
பாறை மலைபிளந்து
பாதைகள் சமைக்கிறது.
குன்றுகளையும்
காடுகளையும்
பகைவருக்கெதிராய்ப்
பாட்டுகள் பாட வைத்து
அணிவகுக்கச் செய்யும்
சகோதரத்துவம்
அதன் பெயர்தான்
இன்று
பசி.

மனஓசை : மே 1983

புத்தகங்களை எரி
ஜீவி.
நன்றி: சோலைக்குயில்கள்.

(சிங்களர்களால் யாழ் நூலகத்தில் ஒரு லட்சம் புத்தகங்கள் எரிக்கப்பட்டது.)

    புத்தகங்களை எரி
    ஒரு லட்சம் புத்தகங்களை எரி

    நாற்காலிகளை
    இறுகப் பற்றிக்கொண்டு
    இன்னும் சத்தமிட்டுச் சிரி
    எங்களது அறிவுத் திரட்டை
    எரித்து முடிந்ததால்
    மயங்கிச் சிரி
    நாங்கள் ரோட்டில் போனால்
    தடியால் அடி.

    எங்கள் பெண்களின்
    முந்தனையைக் கிழித்தெறி
    அடித்துக் கொல் எங்களை.

    நாலுபேராய் நாங்கள்
    தெருவில் நடக்கலாகாதென
    அவசரச் சட்டமியற்று.

எதிர் சப்தம் எழுப்பினால்
மூளையைச் சிதறடி.

நாகரிகம் மங்கிப்போன
உன் கலாச்சாரத்தை
எண்ணி எண்ணிப்
பெருமூச்செறி.

எங்களின் வாழ்வைச்
சின்னா பின்னமாக்கு

வரும் ஒருநாள் பதில் சொல்ல!
எங்கள் குழந்தைகளில்
மாயாக் கோவஸ்கியும்
நெருடாக்களும்
இன்னும்
எங்களுள்
போராளிகளும்
உயிருடன் இருக்கிறார்கள்.

மனஓசை: ஜூன் 1985

சபதம்

மூலம் : இத்தாலி:
தமிழில் : நிர்மலா நித்தியானந்தன்.

எப்படிப் பாடுவோம்?
அந்நியரின் கால்கள்
எங்கள் நெஞ்சின்மேல்
பதியும் பொழுது
எப்படிப் பாடுவோம்?

பனிக் குளிரில் விறைத்து நிற்கும்
பச்சைப்புற் சதுக்கங்கள்
மரித்தோர் சடலங்கள் மத்தியில் -
எப்படிப் பாடுவோம்?

குட்டியாட்டுக் கதறல் தொனிக்கும்
பச்சை பாலரின் புலம்பல் -
தந்தி கம்பத்தில் அறைந்து கிடக்கும்
தனயனைத் தேடும்
கரிய ஓலம் -
கேட்கும் நாங்கள்
எப்படிப் பாடுவோம்?

சோகம் நிறைந்த காற்றில் மெதுவாய்
கின்னரங்கள் ஆடுகின்றன
மரக்கிளைகளில் தொங்கவிட்டதை
நாங்கள் தொடவேயில்லை
இது எங்கள் சபதம்
நாங்கள்
எப்படிப் பாடுவோம்?

மனஓசை: ஜூன் 1983

கரையில் இனியும் நாங்கள்
இன்குலாப்

புரளும் அலைகள்
எமது கரைகளில்
மீண்டும்
ஒரு சோகத்தை எழுதின.

நுரைகள்
உங்கள் இதயங்கள் போலவே
வெடித்துச் சிதறின.

காற்று
ஈழத்தின்
கனலாய் வீசுகிறது.

கரைகளில் இனியும்
நாங்கள்
கைகட்டி நிற்கவோ?

சிங்கள நுகத்தடி
எங்கள் பிடரியில் அழுத்தாமலிருக்கலாம்.
சிங்கள வெறித்தனம்
எங்கள் விழிகளைத்
தோண்டாமலிருக்கலாம்.
சிங்களத் தோட்டா
எங்கள்
மார்பைப் பிளக்காமலிருக்கலாம்.

எங்கள் பிடரியிலும்
ஒரு நுகத்தடி உண்டு
எங்கள் முகத்திலும்
குழிகள் உண்டு
எங்கள் மார்பிலும்
காயங்கள் உண்டு.

இரவின் துகள்களாம்...
கறுப்பு
நமது
இதயத்தைச் சமீபித்திருந்தாலும்
ஒளியின் சிவந்த கீற்றுகள்
தொலைவில் இல்லை.

விடுதலை
யாசித்துப் பெறும்
தானமல்ல
நமது
அவசரத்தில்
அட்டைகளிடம் போய்
ரத்த தானம் கேட்க வேண்டாம்.

கம்சனின்
பிடியில்
ஈழக்குழந்தை
கதறி அழுகிறது
உண்மைதான்
அதற்காக
பூதகியைப் போய்ப்
பாலூட்டச் சொல்லாதீர்கள்!

அஸ்ஸாமின்
ரத்தக்கறை பிடித்த கரங்கள்
என்ன நியாயத்தில்
ஈழத்தின்
கண்ணீரைத் துடைக்கும்?

சூரியனின் ஒளிப்பரப்பில்
பூமியின் முகம் நிமிரும்
தருணங்கள்
விடியல் என்ற
தகுதியைப் பெறுகின்றன.

ஒடுக்குமுறைகளை
எதிர்க்க
உயரும் கரங்களே
வரலாற்று வானின்
சூரிய கிரணங்கள்.

போராடும் ஈழமே
உனது விடியலை
சூரியனில் தேடு...

போராட்டக் கனலில்
உன்னையும்
ஓர் ஒளிக்கதிராய்
வார்த்துக் கொள்!

நமது
ஒளிவீச்சு
ஈழத்தை மட்டுமல்ல
எல்லா தேசிய இனங்களையும்
இருளிலிருந்து
விடுதலை செய்யும்.

மானுடக் குரல்கள்
எங்கிருந்தாலும்
தோழமை கொள்ளட்டும்.

முடிவற்ற வான வெளிகளின்
ஒடுக்கப்படும் குரல்கள்
ஓங்கி ஒலிக்கட்டும்.

சம்பவிக்க இருக்கும்
சர்வ தேசியத்திற்கு
சிங்களத் தோழனே

இந்தியத் தோழனே
உன்னோடு
கை குலுக்கி நடப்பேன்
சரிசமமாய்!

ஆனால்
ஒருபோதும்
உன்னை
என் தோளில்
உட்கார விடமாட்டேன்.

காற்று
ஈழத்தின்
கனலாய் வீசுகிறது.
கரைகளில்
இனியும்
நாங்கள் கைகட்டி நிற்கவோ?

ஈழப்போருக்குக் கரங்கள் வேண்டும்
இங்குள்ள தமிழர் கரம் நீளுக,
ஈழப்போருக்குத் தளங்கள் வேண்டும்
எங்கள் கரைகள் தளங்கள் ஆகுக,
ஈழப்போருக்கு ஆயுதம் வேண்டும்
இங்குள்ள தமிழர் ஆயுதம் செய்க.
ஈழப்போருக்கு ரத்தம் வேண்டும்
இங்குள்ள தமிழர் ரத்தம் பாய்க.

மனஓசை: செப்டம்பர் 1983

புத்தன் படுகொலை
சுந்தரன்

நேற்று என் கனவில்
புத்தர் பெருமான்
சுடப்பட்டு இறந்தார்
சிவில் உடை அணிந்த
அரசுக் காவலர்
அவரைக் கொன்றனர்.
யாழ் நூலகத்தின்
படிக்கட்டருகே
அவரது சடலம்
குருதியிற் கிடந்தது.
இரவின் இருளில்
அமைச்சர்கள் வந்தனர்.
"எங்கள் பட்டியலில்
இவர் பெயர் இல்லை
பின் ஏன் கொன்றீர்"
என்று சினந்தனர்
"இல்லை ஐயா
தவறுகள் எதுவும்
நிகழவில்லை
இவரைச் சுடாமல்
ஓர் ஈயினைக்கூடச்

சுடமுடியாது போயிற்று எம்மான்
ஆகையினால்தான்” என்றனர்.
“சரி சரி
உடனே மறையுங்கள் பிணத்தை”
என்றுகூறி அமைச்சர்கள்
மறைந்தனர்.
சிவில் உடையாளர்கள்
பிணத்தை உள்ளே
இழுத்துச் சென்றனர்.
தொண்ணூறாயிரம்
புத்தகங்ளினால்
புத்தரின் மேனியை
மூடி மறைத்தனர்
சிகாலோக வாத
சூத்திரத்தினைக்
கொளுத்தி எரித்தனர்.
புத்தரின் சடலம் அமைதியானது
தம்மபதமும்தான் சாம்பலானது.

மனஓசை: செப்டெம்பர் - *1983*

விதை முளைக்கும் கல்லறை
நிழல்வண்ணன்

அம்மா
கனவுகளைக் களைந்து
உன் மகன் துயிலெழுந்த போது
உனது கர்ப்பப்பையே பற்றி எரிய
அவன் காணாது போனான்...
அவன் சாம்பலுக்கும்
நீ சொந்தமற்றுப் போனாய்...
ஆதிக்க கரங்கள்
உறிஞ்சிக் குடித்த
ரத்தச் சாறு
அமில ஊற்றாய்ச் சீறியெழுந்து
அவற்றை அழிக்கும்...
அம்மா...
அந்த நாளில்
உன் மகன்
மீண்டும் உயிர்த்தெழுவான்.

மனஓசை: செப்டெம்பர் 1983

அரவமொடுங்கிய நள்ளிரவுகள்

ஊர்வசி

அரவமொடுங்கிய நள்ளிரவுகள்!
ஆள்காட்டி மட்டும்
ஒற்றையாய்க் கூச்சலிடும்
சேலைக் கொடியில்
அவனது வேட்டி ஆடும்....,
நெஞ்சில் திகில் உறையும்....,
விழித்தபடி தனித்திருத்தலில்
மனம் வெந்து தவிக்கும்
அன்றைய முன் இரவில்
நெஞ்சில் ஆழப் பதிந்தவை
மீண்டும் கருக்கொள்ளும்;
அச்சம் சுண்டியிழுக்கும்.
அந்த இரவில்
இருள் வெளியே
உறைந்து கிடந்தது.
அய்ந்து ஜுப்புகள்
ஒன்றாய்ப் புழுதி கிளப்பின;
சோளகம் விசிறி அடித்தது.
என் ஆழ்மனதில்
அச்சம் திரளாய்
எழுந்து புரள

அவனை இழுத்துச் சென்றனர்.
பல்லிகள் மட்டும்
என்னவோ சொல்லின.
கூரைத்தகரமும் அஞ்சி அஞ்சி
மெதுவாய்ச் சடசடத்தது.
காலைச் சுற்றிய குழந்தை
வீரிட்டழுதது.
விடுப்புப் பார்க்க
அயலவர் கூடினர்.
சுவடுகள்
மிகவும் கனத்தவை
அந்த இரவு
அவர்களுடையது.

மனஓசை: செப்டெம்பர் 1983

சோலையும் கூவலும்

ஹம் சத்வனி

எனது நாடும் சோலையும்
எரிந்த புகைக்காடு
இன்னும் அடங்கவில்லை;
சாம்பல் மேட்டில் நின்றபடி
எந்த கடலிலோ
நிற்கும் உனக்கு
எழுதுகிறேன்.
நண்பா!
நீயும் அறிந்திருப்பாயா?
கலங்கியும் இருப்பாய்
வானத்தை வெறித்துப்
பார்ப்பதைத் தவிர
நீ
வேறு என்ன
செய்யப்போகிறாய்?
நீ
திரும்பி வரும்போது
நாடும் சோலையும்
இருக்குமென்பதில்லை.
உனக்கு
இது எல்லாம்
சாதாரணம் என்கிறாயா?
என்னால்
அப்படி இருக்க முடியாது.
எனது சோலை
எனக்கு வேண்டும்
எனது கூவல் நிறையவேண்டும்.

மனஓசை: செம்படம்பர் 1983

மக்களின் உயிர் மூச்சைக் கொண்டு

தெலுங்கு மூலம்: *சிவசாகர்*
தமிழில்: எஸ்.வி. ராஜதுரை

நீ துண்டித்த
தலையை
மக்கள் எனக்குத்
திருப்பித் தருவார்கள்.
நீ நோண்டி எடுத்த
கண்கள்
காலத்தின் விழிகளாகும்.
நீ வெட்டியெறிந்த
விரல்கள்
ஒடுக்கப்பட்டோரின்
சகாப்தத்தை எழுதும்.

மக்களின் உயிர்மூச்சைக் கொண்டு
வரலாறு
உனது தற்காலிக வெற்றிகளுக்கும்
நிரந்தர சமாதியைக் கட்டும்.

மனஓசை: செப்டம்பர் 1983

உங்களால் முடியுமானால்
ஆங்கில வழி தமிழில்: எஸ்.வி.ராஜதுரை

உறங்குகிறான் இங்கே
என் சகோதரன்

உடைந்த இதயத்தோடும்
வாடிய முகத்தோடும்
அழைக்காதீர் அவனை,
ஏனெனில்
மகிழ்ச்சியின் திருவுருவே அவன்.

மலர்களால் அவனை
மூடி மறைக்காதீர்!
மலரொன்றை மலர்களால்
அலங்கரிப்பதில் பொருளுண்டோ?

உங்களால் முடியுமானால்
உங்கள் இதயத்தில்
அவனைப் புதையுங்கள்.

உங்கள் இதயத்தில்
நீங்கள் காணப்போகும்
பறவையின் இன்னொலியில்
உறங்கும் உங்கள் ஆன்மா
விழித்தெழும்.

கண்ணீரை
அவனுக்கு வழங்குங்கள்.
உங்களால் முடியுமானால்
உங்கள் ரத்தத்தை
அவனுக்கு வழங்குங்கள்.

(ஹௌரா சிறையில் மார்க்சீய லெனினியப் புரட்சியாளரான பிரபி ராய் சௌத்ரி தியாகியான செய்தி கேட்டு, மற்றொரு சிறையில் விசாரணைக் கைதியாக இருந்த ஒரு புரட்சியாளர் (பெயர் தெரியவில்லை) சிறைச் சுவரில் சிறுகல்லைக் கொண்டு கிறுக்கிய கவிதை.)

மனஓசை: அக்டோபர் 1983

செம்பனி விதை சிந்தும்

சீனம்: லூ லீ
தமிழில்: இளையவன்

குளிர் காலத்தில்
உக்கிரமமான போரில்
வீழ்ந்த தோழனை!
பனியிடைப் புதைத்தோம்.
குவிக்கப்பட்ட பனி
கல்லறையானது
சுற்றிலும் படர்ந்தன
இரத்தக் கறைகள்
இரத்தமும் பனியும் கலந்து
அதன் பிரகாசத்தில்
ஒரு வண்ணப் பூ பிறந்தது.
பூ உருகி
மண்ணில் ஒரு விதையை
சிந்தியது.

மனஓசை: டிசம்பர் 1983.

கொள்ளை அடிச்ச வெளைச்சலிலே கும்பாபிஷேகம்

இசைக்கலைஞர் மாயாண்டி

ஆத்தோரம் ஏத்தம் வைச்சான்
ஆசை மச்சான் நாத்து வைச்சான்
வெளஞ்சதே! காடு நெல்லு
மோடுவிட்டு, வீடுவந்து சேரலையே!
(ஆத்தோரம்)

படு(கை)க மணியம் மோட்டுக்கு வந்தான்
பழைய பாக்கின்னு கேட்டுமே நின்னான்
வெளையாத நேரத்து வட்டியும் சேர்த்து
வெளைஞ்ச மனசில் ஈட்டியும் வைச்சான்!
(ஆத்தோரம்)

மச்சான் பரம்பரை கண்ட நெலத்தை
மடத்துக்காரன் சொந்தம்னு சொன்னான்!
சர்க்காரும், போலீசும் ஆமாம்னு சொல்லி
சட்டத்தைக் காட்டிக் கொள்ளையடிச்சான்!
(ஆத்தோரம்)

தங்கச்சி தலையோ காயுது,
தங்கம்மா மனசு வேகுது!
கொள்ளை அடிச்ச வெளைச்சலிலே
கும்பாபிஷேகம் நடக்குது!
(ஆத்தோரம்)

தை மாதம் பொறந்து தேதியும் வைக்க
மார்கழி பஞ்சத்தில் பேசியே வைச்சான்
தை மாதம் கூட தனலா ஆச்சே
தம்புரானாலே எரியலாச்சே !
(ஆத்தோரம்)

மனஓசை: ஜூலை 1984

நான் ஒரு பெண்

மார்சி அகமடி ஓஸிகூயி
தமிழில்: சாந்தகுமார்

"பெண்ணை உண்மையாக அர்த்தப்படுத்தும் வார்த்தை வெட்கங்கெட்ட உங்கள் அகராதியில் ஒன்று கூட இல்லை"

முதலாளித்துவச் சிந்தனையாளர்களை நோக்கிச் சுழலும் சாட்டை பெண் போராளி மார்சி அகமடி ஓஸிகூயினுடையவை. குழந்தைப் பருவம் முதல் தந்தைக்கு உதவியாக வயல் வெளிகளில் உழைத்தார். ஈரான் சமூகத்தின் ஒட்டு மொத்த அநீதியை உணரத் தொடங்கிய போது, சுரண்டலுக்கு எதிரான போராட்டத்தில் தன்னை முன்னோடியாக ஆக்கிக் கொண்டார். ஈரான் சர்வதிகாரி ஷாவை எதிர்த்த மாணவர் போராட்டத்தில் பெரும் பங்கு கொண்டார். ஈரானிய மக்கள் கொரில்லாப் படையில் இணைந்தார். 1973ஆம் ஆண்டு மே மாதம் தெருவில் சர்வாதிகாரி ஷாவின் இராணுவத்தை எதிர்த்து தீரத்துடன் போராடிக் கொண்டிருக்கும்போது கொல்லப்பட்டார்.

பெண் விடுதலை என்பது சமூகத்தின் விடுதலையில்தான் அடங்கியிருக்கிறது என்பதை விளக்கும் ஒரு பெண் போராளியின் வீரவரிகள்.

நான் ஒரு தாய்
நான் ஒரு சகோதரி,
நான் ஒரு உண்மையான
மனைவி,
நான் ஒரு பெண்
ஆதி காலந்தொட்டு
அனல் பறக்கும் இந்தப் பாலைவனங்களில்
வெறுங்காலோடு
அலைந்து திரியும்
நான் ஒரு பெண்

வடக்கிலுள்ள குக்கிராமங்களிலிருந்து
வந்த நான்
ஆதி காலந்தொட்டு
நெல் வயல்களிலும் தேயிலைத்தோட்டங்களிலும்
உடலின் கடைசிச் சக்தியும்
கசக்கி பிழியப்படுகிறவள்!

அழிந்துபோன தூரகிழக்குப்
பகுததியிலிருந்து வந்தவள் நான்
ஆதிகாலந்தொட்டு
வெறுங்காலோடு
காலைக்கருக்கல் முதல்
மங்கும் மாலை வரை
கதிரடிக்கும் களங்களில்
தோலை எலும்பு துளைக்கும்
பசுவோடு
வேதனைப் பாரம்
சுமந்து திரிபவள்.

நான் ஒரு பெண்
எத்தலும் குத்தலுமான
மலைகளிலும்
சமவெளிகளிலும்
அலைந்து திரியும்
நாடோடிக் கூட்டத்தின்
பெண் நான்!
எனது குழந்தைகளைக் கூட
மலைப் பாறைகளுக்கிடையில்
பிரசவித்த பெண்!
பரந்த சமவெளிகளில்
எனது ஆடுகளை இழந்துவிட்டு
சோகித்திருக்கும் பெண் நான்!

நான் ஒரு பெண் !
ஆலைகளின் ராட்சச
எந்திரங்களை
இயக்கும் கரங்கள்
என்னுடையவை !
எனது கண் முன்னாலேயே
தினமும்
எனது உடல் முழுதும்
இந்தப் பல்சக்கரங்களுக்கிடையே
மென்று குதறப்படுகிறது.
எனது வாழ்வின்
ரத்தத்தை உறிஞ்சியே
இந்த அட்டைகள்
கொழுக்கின்றன!
எனது ரத்த இழப்பிலேயே
முதலாளியின் இலாபம் குவிகிறது.

நான் ஒரு பெண்
என்னை உண்மையாக
அர்த்தப்படுத்தும் வார்த்தை
வெக்கங்கெட்ட
உங்கள் அகராதியில்
ஒன்று கூட இல்லை.
வழவழப்பான கரங்கள்,
ஒடிசலான இடை,
மிருதுவான சருமம்
மணங்கமழும் கூந்தல்
இவைதான் உங்கள்
அகராதியில் பெண்.

ஆனால்
எங்கள் கரங்களோ
வேதனை வெட்டுக்கத்திகளின்
காயங்கள் நிரம்பியவை !

எங்கள் தேகங்களோ
முதுகுத்தண்டை உடைக்கும்
வேலைப் பளுவால்
நொறுங்கிப் போனவை !
எங்கள் சருமமோ
எரியும் பாலைநிலம் போல்
வறண்டு போனவை !
எங்கள் கூந்தலோ
ஆலைப் புகையின்
நாற்றத்தை உமிழ்பவை
நானொரு விடுதலை பெற்ற பெண்
ஆதி காலந்தொட்டு
எனது சகோதரர்களோடும்
தோழர்களோடும்
தோளோடு தோள் நின்று
பகை வெளிகளைக் கடந்தவள்
உழைப்பாளியின் வலிமை மிக்க
கரங்களைப் படைத்தவள்;
விவசாயியின் உறுதி மிக்க
கரங்களை உருவாக்கியவள் !
நானே ஓர் உழைப்பாளி !
எனது தேகமே
வேதனைக்கூடமாய்
எனது தேகமே
கோபத்தின் ரூபமாய் !

நான் ஒரு பெண் !
எனது பசியை ஒரு மாயையாக
எனது நிர்வாணத்தை ஒரு
கனவாக
நினைத்து நிறைவடையும்
நீங்கள் வெட்கங்கெட்டவர்கள்!

நான் ஒரு பெண்
என்னை உண்மையாக
அர்த்தப்படுத்தும் வார்த்தை
வெட்கங்கெட்ட
உங்களுடைய அகராதியில்
ஒன்று கூட இல்லை !

நான் ஒரு பெண்
எனது நெஞ்சகக் கூட்டில்
கோபத்தின் காயங்களால்
கொப்பளித்துக் கொண்டிருக்கும்
ஒரு இதயம் உண்டு.

நான் ஒரு பெண்!
எனது கண்களில்
அசையும் சிகப்பு
விடுதலைத் தோட்டாக்களின்
சிவந்த பிரதிபிம்பங்கள்!

நான் ஒரு பெண்
உழைக்க மட்டுமே பழக்கப்பட்ட
இந்தக் கரங்கள்
எந்தப்போவது
இனி துப்பாக்கியே !

மனஓசை: ஜூன் 1984

ஒரு சராசரியின் சமாதானம்
இன்குலாப்

நான்
பார்த்து ரசிக்க
திரைப்படம் உண்டு,
கேட்டுக் களிக்க
பாடல்கள் உண்டு,
பக்கத்தில் படுக்கப்
பெண்துணை உண்டு.

இரவில் ஒரு போதும்
தூங்காமல் இல்லை.
தூக்கத்தில் ஏதேனும்
கனவுகள் உண்டு.
காலை, எனது
கனவைக் கலைகிறது.

நான்
அணிந்துகொண்டு புறப்பட
பெட்டி போடப்பட்ட
சட்டை மட்டுமல்ல
ஒரு வாழ்க்கையும்
எனது கொடியில் தொங்குகிறது.

என் சக்திக்கு ஏற்ப
நான்
உன் விரல்களைக்
கடிக்கும்போதே
என்னிலும் பெரியவாய் ஒன்று
என் பிடரியை கவ்வுவதை
நீ பார்க்கக் கூடும்...
இருந்தாலும்
நான் கொறித்துத் தீர்ப்பதற்கும்
சிலர்
குதறித் தீர்ப்பதற்கும்
வாழ்க்கை இன்னும்
மிச்சப்பட்டுத் துடிப்பதால்
என்ன கெட்டது?
இதை
மாற்றித் தொலைக்க?

மனஓசை: பிப்ரவரி 1984

அவசர நிலைக் கவிதைகள்

ஒரு 18 மாதங்கள் முன்பு இந்திய சிறைச்சாலைகளின் வயிறுகள் விம்மிப்புடைத்தன. காவல் நிலையங்களின் உள் அறைகளில் மரண ஓலக் கச்சேரிகள் நடந்தேறின. லத்திக்கம்புகளும் துப்பாக்கிகளும் ரத்த முக்காடு நடத்திக்கொண்டன.

நெருக்கடிக்குள்ளாகி தங்கள் வாழ்வின் விடியலைத் தேடி வீதிகளுக்கு வந்து, தங்கள் குரலை உயர்த்திய முன்னோடிகளுக்கு அன்று அதிகாரத்தில் வீற்றிருந்த அம்மைகளும் அப்பன்களும் அளித்த பரிசு இவை! ஆடிக் கீழே விழவிருந்த அஸ்திவாரங்களுக்கு, ஆளும் கூட்டம் அளித்த பலிகள் இவை,

போராடாமல் குழம்பி நின்ற மக்களுக்கு ஆளும் வர்க்கத்தினர் பரிசுகளை அளித்தார்கள். பசித்த குழந்தைக்கு அம்புலியும் செம்புலியும் காட்டி மிரட்டிய 'பாசமுள்ள' தாயைப் போல, மக்கள் பெருந்திரளில் போராட்ட உணர்வு வளராதவர்கள் உறங்காதிருக்க 'ஆரியப்பட்டா'வையும் அணுகுண்டு வெடிப்பையும் காட்டித் தாலாட்டினார்கள்.

இன்று மீண்டும் ஒத்திகைகள் தொடங்கி விட்டன. அடக்கு முறையின் கரங்கள் முன்புறமிருந்து ஓங்கப்படவில்லை. பின்புறமிருந்து ஓங்கும் கரங்களின் நிழல் முன்புறச்சுவரில் தெளிவாக விழுகிறது.

நிழல்தானே என்று நினைத்து நாம் சும்மா இருந்து விடுவோமா? மீண்டும் சுட்டபின் தான் நெருப்பு என்று உணருவோமா?

இல்லை, இது நெருப்பு தான் என்று காட்ட 1975-1977ன் வடுக்கள் சில உங்கள் முன் : இன்னொரு 'அவசர நிலை'க்குத் தயாராகிக் கொண்டிருகிற வேளையில் அன்று எழுந்த சிந்தனைகளின் வீச்சுக்கள் சில உங்கள் முன்!

கவலை

ரமேஷ் பனசே: மராத்தி

இராஜ விசுவாசம் கொண்ட
குடிமக்களே
ஏன் பசி என்று அலறுகிறீர்கள்?
அந்நிய நாட்டு அச்சுறுத்தல்கள்
குறித்துக் கவலை இல்லையா?

தேசமே அபாயத்தில்
இருக்கும் போது
சம்பள உயர்வையும்
அவசரநிலை நீக்கத்தையும்
எப்படி நீங்கள் கேட்கலாம்?

அணு யுகத்தை நோக்கி
நமது தேசம் முன்னேறுகிறது
பசியால் வாடிக் குனிந்து நிற்பவர்களை
நிமிர்ந்து செயற்கைக் கோள்
'ஆர்யப் பட்டா'வை பார்க்கச்
சொல்லுங்கள்
உங்களது 'பசி'ப் புராணத்தை
நிறுத்தி விட்டு
அணுகுண்டு வெடிப்பிற்கு
ஆராதனை பாடுங்கள்.

நமது அரசாங்கம்
பிற கிரகங்களில்
கொடிகள் நடுவதில்
முனைந்துள்ளது,
நீங்கள் பசி குறித்து
கவலைப்படுகிறீர்கள்.
உங்கள் அரசோ
உயர்ந்த விஷயங்கள்
குறித்தே கவலைப்படுகிறது!

மனஓசை: மே 1984

எங்காவது மனிதன் இருந்தால்

கஜனன் பட்: குஜராத்தி

எங்காவது மனிதன் இருந்தால்
அவன் முன்னால் வரட்டும்
மனிதனாக இருக்கும் அவன்
இத்தேசத்தின்
திசையெங்கும்
அடக்குமுறைக்கு எதிராக
எதிர்ப்புக் கனல் மூட்டட்டும்.

பார் அங்கே
ஒரு சிறு பூசலுக்கே
கறுப்புச் சட்டத்தை
பிரகடனப்படுத்தி
சனநாயகத்தின்
முகத்தில் அறைகிறார்கள்.

பார் அங்கே
ஒவ்வொரு வீதியிலும்
சந்திலும்
பருந்துகளும்
பிணந்தின்னும் கழுகுகளும்
விழாக் கொண்டாடுவதை.

தேசம் காயடிக்கப்பட்டுவிட்டது.
இங்கு ஒரு நாய் கூட
குரைக்க முடியாது.
எங்கும் இருள் சூழ்ந்து
கிடக்கிறது
ஆனால்
எந்தக் கடவுளும்
தனது சத்தியத்தை
நிறைவேற்ற இம்மண்ணுக்கு
வரவில்லை.

மனஓசை: மே 1984

தொகுப்பு: 4 (1985)

கிறிஸ்துவின் சவத்துணி
மலையாள மூலம்: சச்சிதானந்தன்
தமிழில்: நிர்மால்யா

(இயேசு கிறிஸ்துவின் மறைக்கப்பட்ட சவத்துணியைக் குறித்து ஜெருசலேமின் உழவர்களும் மீனவர்களும் சொல்லும் ஒரு கதை உண்டு.)

சிலுவையிலிருந்து அவர்கள் -
அவனை இறக்கிக்
கொண்டிருந்தார்கள்.
சேற்று மண்ணில் புதைந்த
பாதங்களுடன்
சோள வயலினின்று
மலைச்சரிவில் ஓடிவந்த
ஓர் உழவனும்,
மன்னர்களாலும்
மதகுருக்களாலும்
இடப்பட்ட கட்டளைக்கிணங்கி
சிலுவைகளும்
சவப்பெட்டிகளும்
செய்து கொடுத்த ஒரு தச்சனும்,
தங்கள் ஒரு மாதத்து
கூலி நாணயங்கள்
கொடுத்து வாங்கிய துணியை
ரட்சகரின் சவத்தின் மீது

சாத்தினார்கள்
வியர்வை, கண்ணீர், ரத்தம்
இவைகளின் ஒருமித்த தோற்றம்
துணியில் பதியும் வரை.
தங்கள் தழும்பேறிய கைகளை
பக்தியும் காட்டி
சூழ்ந்திருந்த ஜனக்
கூட்டத்திடம் -
"நாம் இந்த சவத்துணியைப்
பாதுகாப்போம்:
உழைத்துக் குலைந்தவனை
பாரம் சுமந்து சலித்தவனை
கொடுமைக்கெதிரே
குரலெழுப்பக்
கற்றுத்தராமல்
அவர்களை அடிமைப்பிடியில்
ஆழ்த்தியிருக்கும் எஜமானர்
இதயத்தை மாற்ற
அடியெடுப்பவர்களுக்கு -
சிலுவை மரணமே பிரதிபலன்
என்பதை வரும்
தலைமுறைகளாவது
உணரட்டும்!!

மனஓசை: நவம்பர் 1985

தோழனே...

வங்காளியில்: தேசப்பிரதாபட்டாச்சார்யா
தமிழில்: சித்தார்த்தன்

பதினெட்டு வயது அப்துல் சையது
சிறைச் சாலைக்குக்
கொண்டுவரப்பட்டான்.

ஓசை எதுமின்றி அவன் நாட்டு
எல்லைக் காவலர்களைத்
தாண்டி இங்கு வந்தபோது
கைது செய்யப்பட்டான்.

நான் அவனைக் கேட்டேன்
"உனக்கு அங்கே என்ன உண்டு?
நிலமா? வேலையா? படிப்பா?"

தனது சட்டையை விலக்கி
துருத்திக் கொண்டிருந்த
எலும்புகளைக் காட்டினான்

"எஞ்சியிருப்பது இவைகளே"
பின்பு,
அவன் கேட்டான்
"உனக்கு?"

நானிருந்த மூன்று சதுர அடி
சிறையைக் காட்டினேன்
"இப்போதைக்கு இதுதான்
உணவோ, அரசின் செலவில்".

சில கணங்கள் மௌனத்தின் பிடி
எங்கள் கரங்கள் இணைத்து,
உதடுகளின் வார்த்தை உதிர்ந்தது
"தோழனே!"

மனஓசை: மே 1985

அடுத்த தெருவில் கோவணமும் பறிபோகலாம்
புதிய ஜீவா

கூத்து என்றதுமே
தெருவில்
கோலாகலம் வந்துவிட்டது.

தோரணம் என்ன
சுவர்க்கோலம் என்ன
ஒளி விளக்கு என்ன
வண்ண ஓவியம் என்ன...
என்ன... வென்று.

ஒலிபெருக்கிகள்
நாய்கள்,
கழுதைகள்,
நரிகள்,
ஓநாய்கள் கத்தத் துவங்கின.

இடுப்பில் முழுத்துணியோடு
கூத்துப் பார்க்க மக்கள்
சிரித்துக் கொண்டே வந்தனர்.

குழந்தையொன்றின்
நெஞ்சின் மீது
ஏறிமிதித்தான் கூத்தாடி
அம்மா இல்லாத குழந்தை
அய்யோ பாவம்!
அள்ளி வீசினர் காசை.

சாட்டையாலே படீர்
படீர் என்று
தன்னையடித்து
ரத்தம் சொட்ட நின்று
இந்தத் தண்டனை
எனக்குப் போதாதா?
என்று கேட்பான் ஒருவன்.

மாட்டு வண்டியை
மார்பில் ஏற்றினும்
மரிக்கமாட்டேன் நான்
எனச்சொல்லி
மார் தட்டுவான் இன்னொருவன்.

மக்கள் ரசிக்கிறார்கள்,
அவர்கள் திருப்திக்காக
நாங்களும் ஆடுவோம் கூத்து,
ஜிகினா வைத்த சிவப்புக்
குல்லாய்களுடன்
கோமாளிகள் வந்தனர்.

கூத்துப்பார்த்து மக்கள்
குதூகலித் திருக்கையில்
ஆளில்லா வீடுகளில்
கொள்ளை
போய்க்கொண்டிருந்தது.

"கூத்துக்காரனுக்கும்
கொள்ளைக்காரனுக்கும்
கூட்டு உண்டு"
கோஷம் வந்த திசையில்
கொஞ்சம் பேர் திரும்பினார்கள்.

கோஷம் போட்டவர்களை
கோமாளிகள் திட்டினார்கள்.
கூத்தாடிகளோ உதைக்க
வந்தார்கள்.

கூத்து முடிந்த போது
குவிந்திருந்தது காசு.
அரிதாரம் கலைக்காமல்
அடுத்ததெரு போனார்கள்.
அங்கே இனிமேல்
அஞ்சுவருஷம் கூத்தாம்.

அடுத்த தெருவிலும்
கூத்துப் பார்க்க
மக்கள் சிரித்தபடியே
போனார்கள்.

இடுப்பில் இருந்தது
இப்போது முழத்துணியல்ல...
கோவணம்.

அடுத்த தெருவில்
அதுவும் பறிபோகலாம்.
இவர்களைப் பார்த்து
இனியும் சிரிக்கவோ
என் அன்பு ஜனங்களே...

மனஓசை: ஜனவரி 1985

சிறைத் தோழனுக்கு

நஸீம் இக்மத் : துருக்கிக் கவிதை
தமிழில்: சித்தார்த்தன்

இந்த உலகத்தின் மீது
உனது தேசத்தின் மீது
மனிதாபிமானத்தின் மீது
நீ கொண்டிருக்கும்
நம்பிக்கையை
விடாததால் அவர்கள் உன்னை
தூக்கு மேடைக்கு அனுப்பலாம்.
அல்லது சிறையிலிடலாம்.
ஆண்டுகள் பத்தோ
பதினைந்தோ
யாருக்கும் தெரியும்?
அதற்கு மேலும் கூட
இருக்கலாம்.
'ஒரு கொடியைப்போல
கயிற்றின் நுனியில்
ஊசலாடிக்கொண்டிருக்க
விரும்புகிறேன்' எனக் கூறாதே.
நீ உயிர் வாழ வேண்டும்
வாழ்க்கை
மகிழ்வூட்டக் கூடியதாக
இல்லாத பொழுதிலும்
அது உனது கடமை.
உனது எதிரியை வீழ்த்த
மேலும் ஒரு நாள்
நீ உயிர் வாழவேண்டும்.

கிணற்றின் ஆழத்தில்
இடப்பட்ட
கல்லென உனது ஒரு பகுதி
தனிமையில் இருக்கட்டும்.
ஆனால் உனது மறுபகுதி
உலகெங்கிலுமுள்ள
மக்கள் வெள்ளத்தோடு
கலந்து திரியட்டும்
ஒரு சிறு இலையின்
சலசலப்புக் கூட
சிறையில் உள்ள
உன்னை உலுக்கட்டும்.

அது இனிமையானது.
ஆனால் ஆபத்தானதும் கூட.
கடிதங்களுக்காக
காத்திருப்பதும்
உத்திரத்தில் விழிகளைப்
பதித்தவாறு
இரவு முழுவதும்
விழித்திருப்பதும்
சோக கீதங்கள் பாடுவதும் .
சவரம் செய்யும் வேளைகளில்
உனது முகத்தைப் பார்.
உனது வயதை மற.
பூச்சிகளிடமிருந்து
உன்னைத் தற்காத்துக் கொள்.
உனக்கு அளிக்கப்பட்ட
ரொட்டித் துண்டின்
கடைசித் துணுக்கு வரை உண்டு
வாய் விட்டுச் சிரித்து
மகிழ ஒரு போதும் மறக்காதே.

யாருக்குத் தெரியும்..?
இனிமேல் உன்னுடையவள்
உன்னை
நேசிக்காமல் இருக்கலாம்.
(சிறையில் இருக்கும் மனிதனுக்கு
இது ஒரு சிறு விஷயம்
எனக் கூறாதே, அது
மரத்திலிருந்து உடைக்கப்பட்ட
ஒரு குருத்து போன்றது.)
ரோஜாக்களை, சோலைகளை
கனவு காண்பது சரியல்ல
மலைகளையும் கடலையும்
சிந்தனையில் கொள்.
சிறிதும் ஓய்வின்றி படிக்க
எழுத, நெசவு நெய்ய,
கண்ணாடிகளை வார்க்க
உனக்கு அறிவுரை கூறுவேன்.
ஏனெனில்
பத்துப், பதினைந்து ஆண்டுகளை
அதற்கு மேலும் கூட
சிறைச்சாலையில் கழிக்க
உன்னால் இயலாமல்போகாது.
உன்னால் முடியும் -
உனது இடது நெஞ்சின் கீழ்
அந்த விலை மதிப்பற்ற வைரம்
உனது இதயம்
பிரகாசமாக இருப்பின்!

மனஓசை: ஏப்ரல் 1985

ஒரு விஞ்ஞானியின் கவிதை

ஆங்கிலம்: பம்பாய் விஞ்ஞானி வி.எல்.வெங்கடவரதன்
தமிழில்: வெள்ளி.

நட்சத்திரங்களையும்
கிரகங்களையும்
எனக்குத் தெரியும்.

ஒரு மனிதன்
மூக்கில் விரல்வைக்கும் அளவு
திறமை என்னிடம்!
அணுவும், ஆக்க சக்தியும்
எனது நண்பர்கள்.

அவைகளின் அந்தரங்கம்
என் விரல் பிடியில்,
ஆனால்,
ஒரு சாதாரண 'ஜிப்' விசயத்தில்
சிக்கலாகி நிற்கிறேன்.

அது தடைப்பட்டு நிற்கும் போது,
நட்சத்திரங்களை அணுவை
அறிந்திருக்கும் என் அறிவு
இதற்கு உதவ முன்வருவதில்லை.

வீதியில் உள்ள
ஒரு செருப்புத் தொழிலாளி
சிறு உளியினால்,
மகிழ்ச்சியோடு
சரிப்படுத்தி விடுகிறானே!

குறிப்பு:

விஞ்ஞான ஆய்வு, மனித வாழ்க்கைக்குப் பயன்படாமல் வெகு உயரத்தில் பறந்து கொண்டிருக்கிறது. சாதாரண மக்களுக்கு பயன்படாமல் வெகு தூரத்தில் விஞ்ஞானிகள் நிற்கிறார்கள். அவர்களுடையது, நடைமுறை விஞ்ஞானமாய் இல்லை. ஆனால் வாழ்க்கைக்குப் பயன்படும் விஞ்ஞானத்தை, உழைக்கும் மனிதன் அனுபவத்திலிருந்து கற்றுக்கொள்கிறான். உற்பத்தியில் ஈடுபடும் உழைப்போடு, விஞ்ஞானம் இணைய வேண்டும் என்பது தான் கவிதை சொல்லும் பொருள். சொல் புதிது. பொருள் புதிது.

மனஓசை: நவம்பர் 1985

ஓர் அவசர நிலைக்கால இரவு

இந்தியில்: தாஜி குப்தா
தமிழில் : சித்தார்த்தன்

இரவு இரண்டு மணி.
இருள் கிழித்துப் பரவியது.
கதவு தட்டும் ஓசை.
கதவைத் திறந்த
வயதான குருட்டுத் தாயின்
இளம் மகன்
காத்திருந்த வண்டிக்கு
இழுத்துச் செல்லப்பட்டான்.

தாயின் ஓலம்
வண்டியின் சப்தம்
இணைந்தெழுப்பிய ஓசை
மாடிகளிலும், ஜன்னல் வழியாகவும்
அண்டை வீட்டாரை
அங்கு நிகழ்வதை
காண வைத்தது.

குருட்டுத்தாய்
மகனை அழைத்தவாறே
வெளியே வந்து விட்டாள்.
எங்கு சென்றான் மகன்
என்பதறியாமல்
வாயிலில் அமர்ந்தபடி
விடியும் வரை
வெம்புகிறாள்.

அங்கு அனைவருக்கும்
தெரியும் அவன்
எங்கு சென்றான் என்று.
ஆனால்
அவர்கள் ஊமைகளாகி விட்டனர்.

ஒரு மாடியிலிருந்து
"போலீஸ் பிடிச்சுட்டுப் போச்சு"
என ஒரு குழந்தை
குரலெழுப்பும் வரை
பயத்தால் உறைந்திருந்த
அக் குழந்தையின் அன்னை
அம்பாக அறையிலிருந்து
விரைந்து சென்று
தன் கரத்தால்
குழந்தையின் வாய் அடைத்தார்.

மனஓசை: ஜூன் *1985*

நத்தை
விழிஅன்பன்

விரக்தியில்
வீடு இறுக்கமாகும்.
கறுத்த தாடையைச் சொறிந்து
வெறுப்பில் எங்கோ
வெறிக்கையில்
கல்லூரிப் புகைப்படம்
நினைவைத் திருப்பும்.
வண்ணத்துப் பூச்சி
வாழ்க்கையை
மனசு அசைபோட
"சாப்புட்டு சாப்புட்டு
சுத்திக்கிட்டு வருது
தெண்டச்சோறு!"
பின் முதுகை
விமர்சனங்கள் காயப்படுத்தும்.
தப்பித்தலாய் வெளிச்செல்ல
"என்ன செய்ற இப்போ?"
ஊசியாய்க் குத்தும்
வினாக்கள் துரத்த
கால்களும் மனசும்
தப்பித்தலை விடுத்துத்
திரும்ப -
விரக்தியில்
வீடு இறுக்கமாகும்.

மனஓசை: நவம்பர் 1985

மூளைச்சலவை

பிரவீன்

மேதைகளே!
எழுதுங்கள்! எழுதுங்கள்!
எதை வேண்டுமானலும்
எழுதுங்கள்!
கூரிய உங்கள்
பேனா நுனியில்
இளம் உள்ளங்களில்
விபச்சாரம் செய்யுங்கள்!
உழைத்துக் களைத்துத்
திரும்புவர்களுக்கு
உற்சாக மூட்ட
முந்தானைப் பாடல் பாடுங்கள்!
அலுத்துப் போய்
அமர்ந்தவர்களுக்கு மட்டும்
ஆன்மீகம் போதியுங்கள்.
முந்துங்கள்...
போட்டி அதிகமாயிருக்கிறது.
நீங்கள்
எத்தனை மனித மூளைகளை
மழுங்கடிக்கிறீர்களோ
அதை வைத்துத்தான்
உங்கள் பெயர்
ஞானபீடப் பரிசுக்கு
சிபாரிசு செய்யப்படும்!

வந்தே மாதரம்
சச்சிதானந்தன்
மலையாளத்திலிருந்து தமிழில் : இக்பால்

இளைஞர்கள்
வழிகெட்டுப் போவதைத் தடுக்க
'பாராளுமன்றத்தில் மசோதா'
'தலைமுறை இடைவெளி'
அடைக்க
ஒரு புதுவகை கான்கிரீட்!

வாசற்படிதோறும்
"வேலையற்ற வாலிபர்கள் -
கடிக்கும் ஜாக்கிரதை"
என்ற அறிவிப்புகள்!

பசித்துக் கதறும்
பச்சை குழந்தைகளுக்குக்
கொழுப்பும் சதையும்
குறைவின்றிக் கொண்ட
அரைவேக்காட்டு
'எம்எல்ஏ' 'எம்பி' க்கள்!

மாணவர் அமைதியின்மை
தணிக்கவென
ஹஷீஸ், மகேஷ், ரஜனீஷ்!

உடையற்றோர்
போர்த்திக்கொள்ள
நாகரிக டிசைன்களின்
மீட்டர் கணக்கில்
புதுப்புதுத் திட்டங்கள்!

கிராம விவசாயிகளுக்கு உதவ
பாலைவனங்களில்
அணுகுண்டுச் சோதனைகள்!

உணவுப் பிரச்சனையை
அடக்கிப் புதைக்க
ஆர்யபட்டா,
உருட்டல் மிரட்டல்!

கடல்கோள்கள் தடை செய்யப்
'பௌனாரில்' ஒரு
மௌனவிரதம்
வீடில்லாத விவசாயிகளின் மேலே
வெயில்படாத
'பண்ணை' தொந்திகள்!

'சோத்துக்' கையின்
பி.எல் 480க் காகப்
பச்சை குத்திய
கூட்டுச்சேராக் கொள்கை!

ரூபிளுக்காய் நீட்டிய
பீச்சாங் கையிலோ
லெனின் முத்திரை கொண்ட
ஒரு தாயத்து!

ஓ... இந்தியா,
உன் வயிற்றில் பிறந்த
வெட்கம் மறைக்க
ஒரு தேசியக் கொடிகூட
இல்லாமல் நான்
கூசி உறைந்து போகிறேன்.

உன் பழம்பெரும்
பராம்பரியம்
என் முதுகில்
கூன் போலக் கனக்கிறது.

சுன்னத் செய்து
பூணூல் இட்ட உன்
'மதச் சார்பின்மை'யும்
காற்றடித்து உப்பச் செய்த உன்
சமாதானப் புறாவும்
டாலர் நோட்டுகள் கண்டு
டம்பத்தின் தோகை
விரித்தாடும் உன்
தேசிய மயிலும்,

உண்மை பேசுவோர் மீது
உறுமிப் பதுங்கிப் பாயும்
உன் தேசியப் புலியும்,
காகிதக் கூடும் பொய்மையும்
குழைத்துத்
தயார் செய்த
உன் அவசர நிலைமைகளும்,
அப்பம் கேட்டவரை
சுட்டுக் கொல்லும்
'அகிம்சையும்',
என் பேனாவிலும்
தோட்டாக்களை நிரப்புகின்றன.

உன்
வந்தே மாதரங்களை
கிரிக்கெட் வெற்றிகளை
பாஷன் பேரேடுகளை
'தாந்திரிக் பெயிண்டிங்குகளை'
சுட்டுப் பொசுக்கு!

மூழ்குகிற கப்பலில் அமர்ந்து
குலப்பெருமை பாடுவோர்
அவரவர்
'அவார்டுகளை'
வாங்கிக்கொண்டு
போகட்டும்.

நான் நித்திக்கப் படுவோருடன்,
கழுமரமேற்றப் படுவோருடன்,
தோள் சேர்ந்து நின்று
இறுதிமூச்சு உள்ளவரை
என்
துடிதுடிக்கும் ஆத்மாவின்
பாடல் வரிகளைப்
பாடிக் கொண்டிருப்பேன்.
அதோ...
நீ
'கொலையாளிகள்' அணியும்
கருப்பு அங்கி அணிந்து
அவசரமாய்
இரவினுள்ளில்
சென்று மறைகிறாய்...
ஓ...
இன்று
சுதந்திர தினமல்லவா!

மனஓசை: செப்டம்பர் 1985

ஒரு கடலலைபோல

கவிஞர் செரபண்டராஜு

(ஹைதரபாத் சிறையிலிருந்த போது எழுதியது.)

எனது நிழல்களில் கூட
சிந்தனையின் சூடு பறந்து விடலாமாம்...
அதை அழிப்பதற்காகப்
போலீஸ் என்னைப் பின் தொடர்கிறது.
நான் ஆகாயத்தை
கள்ளங் கபடில்லாமல் நோக்கும் பொழுதும்
அவர்கள்
என் கண்களை அளந்து பார்க்கிறார்கள்.

என் புரட்சிப் பாடலின் பல்லவியை
என் பாதச் சுவடுகளிலே
பிடித்துவிட வேண்டுமாம்
அதற்காக
என் கால்தூசியையும்
ஆராய்ச்சி செய்ய எடுத்து அனுப்புகிறார்கள்.

உங்களுக்கும் எனக்கும்
உணவளிக்கும்
மனித ஞான விளக்குகளையே
அவர்கள் அவித்துவிட முயல்கிறார்கள்

நான் பார்ப்பதற்கே
அருவருக்கும் அழுக்குகளை
அகற்றுவதற்குப் பதிலாக
என் விழிகளையே
தோண்ட முயல்கிறார்கள்

நான் முத்தமிடும் குழந்தைகளின்
கன்னத்தில் படிந்த ஈரத்தை துடைப்பதற்காக
அவர்கள் கத்தியால் கன்னங்களை
சுரண்டுகிறார்கள்.

என்னுடைய குரல் குற்றமுடையது...
எனது சிந்தனை அராஜகமானது -
ஏனெனில்
அவர்களுடைய பாடலுக்கு
நான் கைத்தாளம் போடவில்லை,
அவர்களை எனது தோளில் சுமந்து
செல்லவில்லை.

என்னைச் சதிகாரன் என்றழைப்பதற்கு
சட்டப் புத்தகம் அவர்களுக்கு
ஆதாரமாய் இருக்கிறது.

எல்லா மதங்களும்
பொதுவான மூடத்தனத்தை
மறைத்து வைத்திருப்பதைப் போல,
அவர்கள் தங்கள் வர்க்க நலன்களை
எல்லாச் சட்டங்களின்
புனித ஒப்புதலின் கீழ்
புதைத்து விடுகிறார்கள்.

ஆனால் அவர்களுடைய
மதத்திற்கோ சட்டத்திற்கோ இசைவாக
ஒரு ராகம் கூட
என் தொண்டைக் குழியிலிருந்து வராது.

என் தேசத்தை விடுதலை செய்வதற்காக
என் ஒவ்வொரு துளி ரத்தத்தையும்
விதையாக விதைக்கிறேன்.

நானொரு கைதியாக இருக்கலாம்
ஆனால் அடிமையல்ல!
நான் தாக்கப்பட்டு
நொறுங்கிச் சிதறியபோதும்
ஒரு கடலலைபோல
மீண்டும்! மீண்டும்
பிறப்பேன்!

மனஓசை: மார்ச் 1986

ஜலசவோ ஜலசா...

இளந்தீ

(மீனவர்கள் பாடுவது)
கடல் நீரோ எங்கள் உதிரமடா
கவலைகளோ எங்கள் உடமையடா
கட்டுமரங்கள் மீதினிலே
ஜலசவோ ஜலசா...
கழித்துவிட்டோம் வாழ்க்கையடா
ஜலசவோ ஜலசா...

மீன்பிடித்தோம் ஆழ்கடலில்
மீறிவந்தோம் அலைகளையே
மீன்பிடித்த வலையினிலே
ஜலசவோ ஜலசா...
அகப்படாத வாழ்க்கையடா
ஜலசவோ ஜலசா...

கடன்கொடுத்த ஈட்டித்தொல்லை
காண்டிராக்டு காரன்தொல்லை
கட்டுமரங்க நிறையமீனு
ஜலசவோ ஜலசா...
கரையினிலே பறிகொடுத்தோம்
ஜலசவோ ஜலசா...

கலங்கரையோ ஒளியடிக்குது
கனவுகளோ இருண்டிருக்குது
நிலவும் கதிரும் சுமந்துசென்றோம்
ஜலசவோ ஜலசா...
கடலில் வாழ்வைத் தேடுகின்றோம்
ஜலசவோ ஜலசா...

கடற்கரையை அழகு செய்ய
கட்டுமரங்கள் அழித்துவிட்டார்
குடிசைகளை இடித்துவிட்டார்
கொள்ளிவைத்தார் வயிற்றினிலே
கிளர்ந்தெழுந்தோம் நீதி கேட்க
கிடைத்ததெல்லாம் துப்பாக்கிக்குண்டு
    ஜலசவோ ஜலசா...
    ஜலசவோ ஜலசா...

'மீனவநண்பன்' ஆட்சியிலே
மீனவருக்கு வாழ்வில்லை
திமிர்பிடித்த தேவாரங்கள்
வெறியாட்டம் முடியவில்லை!
பிணந்தின்னும் சட்டங்களால்
பணம் படைத்தவர் ஆட்சியடா...
    ஜலசவோ ஜலசா...
    ஜலசவோ ஜலசா...

(தோழர்கள் மீனவரைப் பார்த்துப் பாடுவது)
நீ தேடும் வாழ்க்கையிங்கே
கடலில் இல்லை கரையிலே!
கடல் கிழிக்கும் மீனவரே!
கயவர்களின் முகம் கிழிப்போம்!
உழைப்பவர்கள் ஒன்றிணைவோம்
உலகையாள தடம் அமைப்போம்!
    ஜலசவோ ஜலசா...
    ஜலசவோ ஜலசா...

(தேவாரம்: மீனவர்கள் மீது சென்னைக் கடற்கரையில் துப்பாக்கிச்சூடு நடத்திய சீருடைத் தலைமைக் கொலையாளி)

மனஓசை: ஜூலை 1986

வரலாறே நாம்தான்
இசைக் கலைஞர் மாயாண்டி

கொடுமை கண்டு கொதித்தெழுந்த தோழர்களே!
இனம் மொழி எல்லை கடந்து
மனம் ஒன்று சேருவோம்! – வரும்
பாசிசத்தை வெட்டி வீழ்த்தி
பாடை ஏற்றுவோம் வெற்றிப்
பயணம் செய்யுவோம்!

(கொடுமை கண்டு)

அண்டை அயல் நாட்டுடன் போர்வெறியைப் பாய்ச்சும்
சொந்த தேச மக்களுக்கு இனவெறியை ஊட்டும்
சாதிமத மொழி வெறியில் சுகம் காணும் பாசிசம்
மண்டியிட்ட மகுடங்களை மறந்துபோன பாசிசம்!
வரலாறே நாம்தான்! வரலாறே நாம்தான்!

(கொடுமை கண்டு)

கழனிதொட்டு ஆலைவரை ரத்த வாடைதான்
குமரிதொட்டு இமயம்வரை மண்டை ஓடுதான்!
பாசிசக் 'கொடுங்கூலி'யின் கோரைப் பற்களே
பாட்டாளிகள் சரித்திரத்தில் கையில் சுத்தியே!
வரலாறே நாம்தான்! வரலாறே நாம்தான்!

(கொடுமை கண்டு)

கடலைப் போல நிறைந்து நிற்கும் உலக மக்களே
அலைகள் எழுப்பும் குரல்கள் உங்கள் கீதங்களே!
நாசம் செய்வார் சரித்திரங்கள் வாழ்ந்ததில்லையே
நாளை என்றால் நாம்தானே பாடுங்களே!
வரலாறே நாம்தான்! வரலாறே நாம்தான்!

(கொடுமை கண்டு)

மனஓசை: ஜூலை 1986

நாமே நிலம்; நாமே விதை

மலையாளம்: சச்சிதானந்தம்
தமிழில்: இந்திரன்

நாம் இந்த நிலத்தை உழுபவர்கள்;
நாம்தான் நிலம்
நாம் விதை விதைப்பவர்கள்;
நாம்தான் விதை

நம் கொழுமுனை கிளறிய நிலத்தில்தான்
முதல் தெய்வம் பிறந்தது.
நம் புருவத்தில் துளிர்த்த வியர்வையில்தான்
முதல் சிற்பம் எழுந்தது.
நம் எலும்புகளின் மீதும்,
பசித்த வயிறுகளின் மீதும்தான்
முதல் மாளிகை கட்டப்பட்டது.

★★★

உலகுக்கு உணவூட்டும் நமது கரங்கள்
இன்று பசியினால் உறைந்து போயுள்ளன.
நமது தானியக் களஞ்சியங்களை
எலிகள்
தங்கள் தங்கத்தை மறைப்பதற்காகப்
பிடுங்கிக் கொண்டன.

உலகிற்கு ஆதரவளித்த நமது இதயங்களை
வறுமையின் விரக்தி
சில்லிடச் செய்து விட்டது.

செழுமையான நம் நிலங்களை
வேட்டை நாய்கள் பறித்துக் கொண்டன.
நமது நெற்பயிர் பாடிய ஆற்றின் கரைகளில்
அவர்களின் கஞ்சா செடிகள் வளர்கின்றன.
நமது அறுவடைப் பயிர்கள் ஊற்றெடுத்த இடத்தில்

முகமூடியணிந்த பிசாசுகள் ஆடுகின்றன.
கனைக்கும் மேலைக்காற்றை
அவர்கள்
கடிவாளமிட்டுப் பிடித்து கொண்டனர்
மகிழ்ச்சி தரும் இந்த நான்கு மலைகளின் நிழலில்
நாம் வாழ்கிறோம்.
நம் வாழ்வின் பசிய ஊற்றுக்களை
எரிக்கும் வெயில் வற்ற அடித்துவிடுகிறது.

★★★

பொன்னிறக் கதிர்களை
ஒரு காலத்தில் அறுவடை செய்த அரிவாள்கள்
இன்று ஏழை விவசாயிகள் வெறுக்கும்
தலைகளைக் கொய்யட்டும்,

இறுகிய நிலங்களைப் பிளந்த நமது கொழுமுனை
நுகத்தடிகளைப் பெருக்கிய
கல்நெஞ்சங்களை இன்று பிளக்கட்டும்.

உளியும் சுத்தியும்
மனிதனின் பெருமிதமான உருவைச் செதுக்கட்டும்.

நாம் இந்தக் கருவிகளைச் செய்பவர்கள்
நாமே கருவி.
நாம் இந்தச் சக்கரங்களில் ஏறி இயக்குபவர்கள்
நாமே சக்கரங்கள்.
நமது உயிர் மூச்சுதான்
முதல் கடல் பயணத்தின்
பாய் மரங்களை உந்தித் தள்ளியது.

நமது தசைகளின் சக்தியிலிருந்தே
முதல் நகரம் எழுந்தது.

நமது கண்ணீர்க் கடல்களிலேயே
சர்வதேச வாணிபங்கள் எழுந்தன.
சாம்பலாக்கபட்ட நமது ஆழ்ந்த
ஆசைகளின் மீதுதான்
முதல் பேரரசு வளர்ந்தது.

இன்று
கானகத்து ஓநாய்களின் பற்களிலிருந்து
குருதி சொட்ட ஓடுகிறோம்.

படமெடுக்கும் பாம்புகளின்
நச்சுக் கனவுகளுடன் நாம் எழுகிறோம்.

நமது குழந்தைகளை விழுங்கும்
திமிங்கலத்தின் வயிற்றைக் கிழிக்கிறோம்.

கொடூர இரவுக் கழுகுகளின்
நகப்பிடிப்புகளிலிருந்து விடுபட
இன்று போராடுகிறோம்.

அரசு இயந்திரங்கள்
நமது கடைசி துளியையும் உறிஞ்சுகின்றன
அவர்களது தொண்டர்கள்
நமது ரொட்டியைப் பறித்து
பெண்களை கற்பழித்து
கால்களில் விலங்கு பூட்டுகின்றனர்

நமது கரங்களின் படைப்புகள்
அவர்களது வண்ணம் பூசிய
ஜன்னல் நிழல்களிலிருந்து நம்மை முறைக்கின்றன.

நமது குழந்தைகள் தமது தந்தையர் செய்த
பொம்மைகளைப் பார்த்து வீணுக்கு ஏங்குகின்றனர்.

நாம் பயங்கரமான நான்கு மலைகளின்
பள்ளத்தாக்குகளில் வாழ்கிறோம்.

சபிக்கப்பட்ட குளிர்காலங்கள்
நமது வாழ்வின் ஊற்றுகளைச் சில்லிடச்செய்கின்றன.
ஒரு காலத்தில்
இரும்பின் மடங்காத கர்வத்தை அடக்கிய
நமது சுத்தியல்
இன்று சீறும் முதலாளித்துவ ஆலையின்
ஆயிரம் தலைகளை நசுக்கட்டும்.

நமது சூரியனை விழுங்கும்
விலங்குகளை வேட்டையாட
உழைக்கும் தசைகள்
இன்று துப்பாக்கி ஏந்தட்டும்.

கோதுமையை அரைத்த சக்கரப் பற்கள்
காலத்தை இயக்கட்டும்
இரும்பை வடிவமைக்கும் அச்சுக்கள்
நமது வாழ்வை வடிவமைக்கட்டும்.

மனஓசை: ஆகஸ்டு 1986

பேனா

சீன மூலம்: அய் குங்
ஆங்கில வழி தமிழில்: சூரியதீபன்

அந்தப் பேனாவை
நீண்டநேரம் நோக்கினேன்
அதனிடம் நான் கேட்டேன்

"என்ன வகைப் பிறவி நீ?"

பேனா அழகு காட்டியது -
ஒரு பதிலும் சொல்லாமல்.

என் மனதில்,
கடந்த கால நினைவுகள் ஓடின.

ஒரு உழவன் சொன்னான்
"இந்த பேனா
ஒரு கலப்பையையினும்
கனமாயிருக்கிறது"

அந்தப் பழம்பெரும் விவசாயி,
பேனா தன் விரலிடுக்கிலிருந்து
தப்பித்து விடும் போல் பயந்து
இறுகப் பற்றி
கோடு கோடாய்க் கிழித்தான்.

கடைசியில் தாளும் கிழிந்தது.

ஒரு பேராசிரியன்,
பேனாவை ஏந்தினான்.
அது அவனுடைய கைகளில்
வளர்வது போல தோன்றியது.

ஒரு கையில் சிகரெட்டுடன்,
பேனா முனையில்
காற்று சுழன்று அடிப்பது போல்
சிந்தனைகளை லாவகமாய்ச் சுழற்றினான்
ஆனால் அவன் எழுதியது என்னவென்று
யாருக்கும் தெரியாது.

ஒரு தூரிகையின் முனை,
ஓநாயின் மெல்லிய ரோமத்தால்
செய்யப்படுகிறது.

ஆனால், ஒரு கத்தியைப் போல்
எதிரியின் நெஞ்சுக் கூட்டுக்குள் பாயும்.

ஒரு பேனாவின் முனை உலோகத்தால்
செய்யப்படுகிறது.

ஆனால்,
சிறகடிக்கும் வண்ணத்துப் பூச்சிகளை
'எம்பிராய்டரி' செய்யும் ஊசிபோல்
பூவேலை செய்யும்.

பேனா முனையின் கோடுகள்
பல இதயங்களை வளைத்திருக்கிறது.

ஆயிரக்கணக்கான மக்களுக்கான
கண்ணீர்,

அந்த முனையில் வடிகிறது.

அதை குற்றங்களைப் பதிவு செய்யப்
பயன்படுத்தலாம்;
சுரண்டல் குபேரர்களை துதிபாட
கையில் ஏந்தலாம்
வலிமை மிக்க எதிரியை கழற்றி எறியப்
பயன்படுத்தலாம்.

பாருங்கள்
அந்தக் காகிதத்தில்
உலகின் நெருப்பும் புகையும்!

பாருங்கள்
அந்தப் பேனா அடியில்
குமுறும் கடல் அலைகளும்,
கர்ஜிக்கும் மேகங்களும்!

அது நேராக இருந்தாலும்,
யுத்தங்களின் முதுகில்
சாட்டை விளாசுகிறது!

ஓ
நான் கடைசியில் கண்டுகொண்டேன்.
அந்தப் பேனா -
அதற்கு உணர்ச்சியோ, விருப்பமோ, ஆற்றலோ
எதுவும் இல்லை.
எழுதுகிறவனின் கையிலேதான்
எல்லாம்
அந்தக் கடல்களும், மேகங்களும்,
நெருப்பும், புகையும் எல்லாமும்!

மனஓசை: ஆகஸ்டு 1986

சிறையிலிருந்து அம்மாவுக்கு...
வங்காளத்திலிருந்து ஆங்கிலம் வழி தமிழில் : ம.சொ

அம்மா...
நீங்கள் கற்பனை செய்ததுண்டா,
உங்கள் மகன்களின் கைகளில்
உணவளிக்கும் போது
இனி எப்பொழுதும்
மீண்டும்
உணவளிக்க முடியாதென்று !

உங்கள் வாலிப மகன்களையும்,
வாழ்க்கை முழுவதும்
நிறைந்தவர்களையும்,
அவர்கள் கொன்று விட்டார்கள்!

உங்கள் மகன்களைப் போல்
ஆயிரமாயிரம் மகன்களை,
இளைஞர்களை,
அவர்கள் கொன்றுவிட்டார்கள்!

கொலைகாரர்களின்
வீடுதானம்மா
இந்த நாடு!

சிறைகளுக்குள்ளும்,
வெளியிலும்,
கிராமங்களிலும்,
ஆற்றுப் படுகைகளிலும்,
சுரங்கங்களிலும்,
தொழிற்சாலைகளிலும்
அவர்கள் கொன்று குவிக்கிறார்கள்!

துறைமுகங்களில்
கொல்லப்பட்டவர்களை
கங்கையில் தூக்கி எறிந்திருக்கலாம்.

நவக்கிராமில்
கொல்லப்பட்டவர்கள் கூட
எரிக்கப்பட்டிருக்கலாம்.

பரனாகூரிலும், கோசிபூரிலும்
கூண்டோடு கொல்லும் போதும்
நாம்
அமைதியோடுதான்
பார்த்துக் கொண்டிருந்தோம்!

இந்த
தேசத்திற்குள்ளாக
பாலுணர்வு அடிமைத்தனங்கள்
விற்கப்படுவதை
நாம்
கவனித்துக் கொண்டுதானிருந்தோம்!

கொலைகாரன்,
சிரச்சேதம் செய்பவன்,
வதை செய்பவனிடமும்,
நீதியையும் -
நியாயத்தையும் கேட்பதற்கு
இதுவல்ல நேரம்.

கண்களில் கண்ணீர் காய்ந்து
இருதயம்
வெந்துபோனவனிடம் அல்லவா
நீதியும், நியாயமும்
அடங்கிக் கிடக்கின்றன!

மனஓசை: அக்டோபர் 1986

ஐயா, எங்கள் சாதி எது?

தெலுங்கு: செரபண்ட ராஜு
தமிழில்: இந்திரன்

          ஐயா, எங்கள் சாதி எது?
          சாமி, எங்கள் சமயம் எது?

உங்களுக்காக ஒரு வீட்டை நாங்கள் கட்டுகிறபோது
களிமண்ணைப் பிசைந்து செங்கல் செய்கிறபோது
உங்களுக்காக தானிய மூட்டைகளைச் சுமக்கிறபோது
காலி வயிற்றுடன் நிலத்தை நாங்கள் உழுகிறபோது
          ஐயா, எங்கள் சாதி எது?
          சாமி, எங்கள் சமயம் எது?

புகைக்கூண்டுகளைப் போல எங்கள் குடல்கள்
ஆவியையும், நெருப்பையும் கக்கியபோது
காசநோயால் இருமிக்கொண்டு
மலைபோல் நிலக்கரியைத் தோண்டி எடுத்தபோது
          ஐயா, எங்கள் சாதி எது?
          சாமி, எங்கள் சமயம் எது?

தீய்ந்துபோன ரொட்டித் துண்டுகளை தின்றுகொண்டு
ஈரமான நிலத்தை நாங்கள் கிளறியபோது
எரிக்கும் வெயிலில் சாமி சிலைகளை
நாங்கள் செதுக்கியபோது
          ஐயா, எங்கள் சாதி எது?
          சாமி, எங்கள் சமயம் எது?

கோயிலுக்கு நீங்கள் பூக்களை எடுத்துச் செல்வதற்காக
பூக்கூடைகளை நாங்கள் பின்னியபோது
நீங்கள் ஸ்ரீ ராமஜெயம் எழுதுவதற்காக
காகிதங்களை நாங்கள் செய்தபோது
          ஐயா, எங்கள் சாதி எது?
          சாமி, எங்கள் சமயம் எது?

மிருகங்களை நாங்கள் சாகடித்து
உங்களுக்காக செருப்புகளைச் செய்தபோது
உண்பதற்கு சிறு பருக்கைகூட இல்லாமல்
உங்களுக்காக நாங்கள் பானைகள் செய்தபோது
ஐயா, எங்கள் சாதி எது?
சாமி, எங்கள் சமயம் எது?

நீங்கள் சாமியார்களாவதற்காக
உங்கள் தலைகளை நாங்கள் மொட்டையடித்தபோது
உங்கள் அழுக்குத்துணிகளை
மல்லிகைப் வெண்மையாக நாங்கள் துவைத்தபோது
ஐயா, எங்கள் சாதி எது?
சாமி, எங்கள் சமயம் எது?

உங்கள் நீண்ட கதைகள் எல்லாம்
அழுகிப் போய்க் கொண்டிருக்கின்றன.
இன்னும் கதைகள் தேவையில்லை.
நோய் பிடித்த உங்கள் தேர்
இனியும் ஓடாது.
அது உடைந்தே விட்டது.
ஐயா, எங்கள் சாதி எது?
சாமி, எங்கள் சமயம் எது?

நீங்கள் எங்களைச் சாதிகளாகப் பிரித்து வைத்தீர்கள்
சாதிகளுக்குள் கோத்திரங்களாகப் பிரித்தீர்கள்.
ஆனால்
உழைக்கும் நாங்கள்
ஒருங்கிணைந்து கைகோர்த்து நின்றுவிட்டால்
ஐயா, எங்கள் சாதி எது?
சாமி, எங்கள் சமயம் எது?

மனஓசை: அக்டோபர் 1986

அந்த 44 வெண்மணி
இளந்தீ

வயலில் அவர்கள் வாழ்வையே விதைத்தார்கள்
பிறகுதான் தெரிந்தது
அது விதையல்ல, உரமென்று!

அன்று அரைப்படி நெல்லில் ஆரம்பித்தது
சந்தால் முதல் தஞ்சை வரை
பொறி கிளம்பி பூகம்பம் ஆனது!

பண்ணைகளோ கைச்சவுக்கை வீசிவிட்டு
தீச்சவுக்கைச் சொடுக்க,
தினம் சுமக்கும் சூரியனை விடவா
அந்நெருப்பு சுட்டுவிட்டது?

உயிர் தாங்கா உழைப்பும்
உப்பு வேர்வையாய் ரத்தமும்
அவர்களைச் சுட்டதை விடவா?

நரம்பிலும் தீப்பிடிக்கும் வறுமையை விடவா
நெருப்பு சுட்டுவிட்டது!

வர்க்கத் தீ வயல்களில் விதைக்கப்பட்டதால்
வெண்மணித் தீ விளைந்தது!
அந்த நாற்பத்தி நான்கு வெண்மணி தியாகிகள் ...
சாதி மதங்கடந்த வர்க்கப் பகையின் வடிவமாய் ...

திடுதிடுதிடு தித்தீ... திடுதிடுதிடு தித்தீ...
திடுதிடுதிடு தித்தீ... திடுதிடுதிடு தித்தீ....
அதோ அவர்களின் வாரிசுகள்...
பண்ணை முகங்களைப் பற்றச் செய்யப்
பறை முழக்கம் கொட்டிக் காற்றைக் கிழிக்கின்றனர்.

திடுதிடுதிடு தித்தீ... திடுதிடுதிடு தித்தீ...
திடுதிடுதிடு தித்தீ... திடுதிடுதிடு தித்தீ...

திகுதிகுவெனப் பற்றி சிரிக்குது செந்தீ
வெண்மணித் தியாகிமாரே!

வெந்தது நீங்க – அதில்
வந்தது நாங்க!
திடுதிடுதிடு தித்தீ! திடுதிடுதிடு தித்தீ!

1. விதைச்சநெல்லு யாரு ரத்தம்?
விளைஞ்ச நாத்து யாரு ரத்தம்?

அரைப்படி கூலிதானே
அதிகமா கேக்கலாச்சு
குஞ்சு மூப்பு பார்க்காமே
கொளுத்திட்டான் குடிசையோட

விதைச்சநெல்லு யாரு ரத்தம்?
விளைஞ்ச நாத்து யாரு ரத்தம்?
திடுதிடுதிடு தித்தீ
திடுதிடுதிடு தித்தீ

2. புண்ணாய் மண்ணாய் புதைஞ்சவர் உசர
வெண்மணி மாரே விளைஞ்சது தீயே

நெய்குப்பை பெல்ஜி பெப்ரோ ஆர்வால்
அய்யகோ தியாகிக சிந்தின ரத்தம்
முளைக்குது தீயா மூட்டுது தீய
முரசடி போர்ப்பறை திடுதிடுதிடு

திடுதிடுதிடு தித்தீ
திடுதிடுதிடு தித்தீ

3. பச்சையாய் பயிரிருக்க,
பண்ணைஉடல் பளபளக்க

களையெடுக்கோணும்! பதறடிக்கோணும்!
பறையடி தெறிச்சிடோனும்!
திசை எட்டும் பட்டுத் தெறிக்கணும் சத்தம்

திடுதிடுதிடு தித்தீ
திடுதிடுதிடு தித்தீ

4. ஏர்க்காலு தோளில் ஊர்கோலம் போவணும்
போர்க்காலம் புதுப்படை நாம்!
பண்ணை சாட்டைவரும் போலீஸூ வேட்டுவரும்
மந்திரி பல்லிளிச்சி மயக்க வரும் சாக்கிருத!

கூழ்ஊத்தி குடி உறிஞ்சும் கோட்டானுக்கு அடிப்பறைய -
சாதிசொல்லி சனம்பிரிச்ச சாத்தானுக்கு அடிப்பறைய -
மாடாக்கி மாடிகட்டும் பண்ணாடிக்கு அடிப்பறைய -
வேதம் ஓதி விஷம் வளர்த்த பண்டாரத்துக்கு அடிப்பறைய -
பண்ணை அடிவருடி நிக்கும் அரசாங்கத்துக்கு அடிப்பறைய -

துடியா நடைபோட்டு தூக்குடா செங்கொடிய
பறையடியில் நெருப்பு பத்தட்டும் காத்தெல்லாம்

திடுதிடுதிடு தித்தீ
திடுதிடுதிடு தித்தீ

மனஓசை: டிசம்பர் 1986.

தொகுப்பு –6 (1987)

உண்மையைச் சந்தியுங்கள்
கன்னடம்: சித்தலிங்க பட்டன ஷெட்டி
தமிழில்: இந்திரன்

'நாய்கள் ஜாக்கிரதை'
எழுத்துத் தகரத்தின் பின்னால்
ஒளிந்து கொண்டு
நீங்கள் எங்களை பயமுறுத்தத்தான் வேண்டுமா?

நாங்கள் வெறுமனே சாலையில் போகிறோம்
அமைதி சகிக்கமுடியாததாகி விடுகிறபோது மட்டுமே
நாங்கள் பேசுகிறோம்.
அழாமல் இருப்பதற்காகவே
சிரிக்கிறோம்.

உங்கள் வேட்டை நாய்களை
எங்கள் மீது ஏவிவிடப் போவதாக
நீங்கள் எங்களை பயமுறுத்தத்தான் வேண்டுமா?

உங்களிடம்
எங்களை வேட்டையாட நாய்கள் உள்ளன.
வேட்டை நாய்களின், கார்களின், ஆடம்பர ஓட்டல்களின்
எஜமானர்கள் நீங்கள்
காபரே சொர்க்கங்களின் கடவுள்கள் நீங்கள்.

இந்த மற்றொரு பக்கத்தில்
நாங்கள் - தீண்டத்தகாதவர்கள்
வாழ்கிறோம்
நீங்கள் எங்களை அந்நியர்களாக
பார்க்கத்தான் வேண்டுமா?

நூற்றாண்டுகளாக
நம் இருவருக்கும் இருந்து வரும்
தொடர்பை மறந்துவிட்டீர்களா?

பாபிலோனியாவில் நாங்கள் உங்கள்
கருவிகளுடன் உழைத்தோம்.
சந்தைகளில் நீங்கள் எங்களை விற்றீர்கள்.
அடிமைத் தனத்தின் மூட்டைகளை முதுகில் சுமந்தோம்.
எங்கள் குழந்தைகளை இதனால் பயமுறுத்தினீர்கள்.

நீங்கள்
சமாதானம் செய்து கொள்ள வந்தது உண்மைதான்.
எங்கள் மொழி
உங்களுக்குப் புரியவில்லை என்று சொல்கிறீர்கள்?
இதற்கு நாங்கள் என்ன செய்ய முடியும்?
உங்கள் விருப்பத்திற்கு மாறாக
ஒருநாள் நீங்கள் அதைப்
புரிந்து கொண்டுதான் தீரவேண்டும்.

நீங்கள் அதை ஏன் புரிந்துகொண்டோம்
என்று வருந்தத்தான் செய்வீர்கள்.
ஆனால் நீங்கள் வருந்தவேண்டும் என்பது
எங்கள் நோக்கம் அல்ல.

வெறித்தனமாக நீங்கள் அழத்தான் வேண்டுமா?

உங்கள் அதிகாரத்தின் கீழே
இலக்கியம், பண்பாடு, செல்வம், சக்தி
அனைத்தையும் வைத்துப் பூட்டிக் கொண்டபோது
நீங்கள் ஏன் எரிச்சலடைய வேண்டும்?
புரட்சிகள் வந்தன.
புரட்சிகள் போயின
இருப்பினும் உங்கள் கூட்டம்
அதிகரித்துக் கொண்டே இருந்தது.
இன்னும் செழித்துக் கொண்டே இருக்கிறது.

பின்னர்
உங்கள் வாய்களில் ஏன் நுரைதள்ள வேண்டும்?
வரலாறு மீண்டும் நிகழப்போவது கிடையாது,
நிகழ்காலம் அப்படியே இருக்கப் போவதும் கிடையாது,
நமக்கு இதுவரையிலும் தெரிந்திராத ஒன்று
நடக்கத்தான் போகிறது.
எங்களுக்கு இது தெரியும்.
அதனால் நீங்கள் அஞ்சுகிறீர்கள் என்பதும் தெரியும்.
நீங்கள் இந்த உண்மையைச் சந்திக்கிறபோது
உங்கள் முகம்
பேயறைந்தது போலாகிவிடுகிறது -
என்ன செய்வது
அது இயற்கைதானே!

மனஓசை: ஜனவரி 1987

ஓசை நியாயங்கள்

மூலம்: TO HUU – வியட்நாம்.
தமிழாக்கம்: புதுவை ஞானம்.

வாழ்க்கையின் பொருளே
மூன்றே ஓசைகளில்

தொல்லையாய்
இரைகின்றன
ஆலை எந்திரங்கள்;
அந்நியமாய்
இசைக்கின்றன
ஆலய மணிகள்;
மிரட்டலாய்
முழங்குகின்றன
சிறைச்சாலைச் சேகண்டிகள்.

ஒவ்வொரு ஓசையும்
அதனதன் நயத்தில்
ஒவ்வொரு நயமும்
அதனதன் வார்த்தையில்.

ஆணையிடுகின்றன
ஆலை எந்திரங்கள்;
வேர்வையைச் சிந்து
இன்றேல் -
எண்ணெய்யாய்க்
கொப்பளிக்கும் - உன்
கண்ணீர்த்துளிகள்
உன்னுடைய கை கால்கள்
ஓய்ந்து போகும்......
எனக்கென்ன?
உன் ஆயுள் முழுவதும்
ஒரு நொடி கூட ஓய்வின்றி
உழை! உழை!
உழைத்துக் கொண்டேயிரு.

இசைக்கிறது
ஆலயமணி
தேன் கலந்த வாசகத்தால்;
குழந்தாய்!
வாழ்வின் துயரங்களைச்
சுளிப்பின்றி ஏற்றுக்கொள்
அதனால்....
உன் ஆத்மா விடுபடும்
சாந்தியடையும்
பற்றறுத்தலில்தான்
சொர்க்கம் இருக்கிறது.
இன்றேல்....
நரகம் போவாய்
அஞ்ஞானத் தென்றலில்
சிரித்துக் கொண்டேயிரு.

மிரட்டுகிறது
சிறைச்சாலைச் சேகண்டி;
பணிந்து கிட!
தலை தாழத்தி
சரணடை.
சிறையின்
உயர்ந்த மதில்களை
பலத்த கதவுகளைப் பார்....
விலங்குகளை
தளைகளை
துப்பாக்கி முனையை
வாட்களின் கூர்மையை
வாழ்வதற்கு உரிமை கேட்டால்
சாகடிக்கப் படுவாய்.

மிரட்டி முழங்குகிறது
சிறைச்சாலை சேகண்டி
தொல்லையாய் இரைகின்றன
ஆலை எந்திரங்கள்
அந்நியமாய் இசைக்கின்றன
ஆலய மணிகள்.

வாழ்வின் பொருள்
மூன்றே ஓசைகளில்

மனஓசை: பிப்ரவரி 1987

நாட்டுப்பூக்கள்
மு.சுயம்புலிங்கம்

இவருக்கு படிப்பு அதிகம் கிடையாது. சொந்தமாக படித்துக் கொண்டதுதான். இவர் ஒரு கரிசல் காட்டு சம்சாரி (விவசாயி). சம்சாரியாக இருந்து காலந்தள்ள முடியாமல் கிராமத்தை விட்டு, நகர்ப்புறத்தில் தொழிலாளியாக இருப்பவர்.

கிராமத்து வாழ்க்கையை இயல்பாகச் சொல்லுதல், இவருடைய எழுத்துக்களில் தூக்கலான விசயம். அவருடைய கிராமம் - கோடிக் கணக்கான இந்தியர்களின் கிராமம். அவர் வாழ்ந்த வாழ்க்கை கோடிக்கணக்கான இந்திய மக்களின் வாழ்க்கை. அவைதான் இங்கே படைப்புக்களாகியுள்ளன. எல்லாம் நடப்புக் காட்சிகள்.

விஸ்தாரமான கரிசல் காடு
ஓங்கி வளர்ந்த பனந்தோப்பு
கூட்டம் கூட்டமாய் முள் மரங்கள்
கோணலான தெரு
கூரை பிய்ந்த வீடுகள்
சாதிக்கு ஒரு கிணறு
தெருவுக்கு இரண்டு கோயில்
தண்ணீர் இல்லாத கம்மாய்
நடக்க ஏலாத மாடுகள்
தாத்தாக்கள் விட்டுப்போன கலப்பை
எங்கள் கிராமம்
மழையை நம்பி இருக்கிறது
மண்ணை நேசிக்கிறோம்
மண்ணால் என்னமும் ஆகவில்லை
நாங்கள்
விவசாயிகள்
கொஞ்சம் கொஞ்சமாய்
செத்துக் கொண்டிருக்கோம்
வாழ ஆசையாய் இருக்கிறது
வாழ முடியவில்லை
எனக்கு கோபம் வருகிறது
அடக்க முடியாத ஆங்காரம்.

எங்கள் கரிசல் சீமையில்
ஐப்பசி கார்த்திகைகளில்
வானம் கூடிக்கருக்கும்
வாடையும் தென்றலும்
மேகத்தை வருடி விடும்
மின்னல்கள்
இருட்டுக்கு உதை கொடுக்கும்
இடி இறங்கி வந்து
பூமியை கிச்சங் காட்டும்
நூறு நூறு புதிய பறவைகள்
இலைக்கூட்டங்களில் விசிலடிக்கும்
குளிச்ச மண்ணின் சுகமான வாசம்
துடுக்காய் வளரும் பச்சை முகங்கள்
கரிசல் முகம் களைகட்டும்
விவசாயிகள் நெஞ்சம் குளிரும்
காலம் இப்போ பெறண்டு போச்சு
வானம் சாம்பல் பூத்துத்தகிக்கிறது
கரிசல் பூமி பாளம் பாளமாக
வெடிக்கிறது
கரிசல் மனிதன் கூசிப்போகிறான்
சுடுகிற கரிசலில் நின்று
பெருமூச்சு விடுகிறான்
இந்தப் பாழாய்ப்போன வானம்
நான் கட்டோடு அதை
வெறுக்கிறேன்.
எங்கள் சீமைக்கு
ஆரோக்கியமான வானம் வேணும்,
வாழ்வு வேணும்,
நாங்கள் அதைச் செய்தாகணும்.

கனத்த இருட்டு
புழுக்கம் மண்டிய வறுமை
கிராமம் நசுங்குகிறது.
சின்னஞ்சிறு குழந்தைகள்
தீனமாய் அழுகின்றன.
என் இருதயம்
மெல்லிசாய்க் கண்ணீர் விடுகிறது
இமை பூட்டாத கண்கள்
உறங்கிப் பார்க்கிறது
கூரை நொறுங்கிய சத்தம்;
சேவல்களின் ரெக்கையடி.
நான் எழுந்து நடக்கிறேன்
காற்று பனியை அள்ளி எறிகிறது.
மெலிந்த செம்மறிகள்
பாதையை அடைத்துக்கொண்டு
நடக்கின்றன.
நீங்காத கவிச்சையை பாத்திக்
கொண்டு பொட்டலை
நக்கிப் போகிறது
நிலம் விருவோடிக் கிடக்கிறது
வயலில் பயிர்கள் தீய்ந்து விட்டன
வானத்தை நான் அண்ணாந்து
பார்க்கிறேன்.
வானவில் துணிப்பாய்த் தெரிகிறது
கலங்கின என்மனசு
ஜீவனோடும் சுகம் அனுபவிப்பதை
உணர்கிறேன்
சூரியன் மேக மூட்டத்திலிருந்து
முன்னேறுகிறது.
வெயில் மாய்கிற
வறுமை நசுக்குகிற
கிராமத்துக்கு – என் வீட்டுக்கு
நான் திரும்பி நடக்கிறேன்.

மனஓசை: மார்ச் 1987

இந்தியா
மு.சுயம்புலிங்கம்

பதினைந்து ஆண்டுகள்
பள்ளிக்கூடம் போனேன்
சின்னதாய் ஒரு
ஜாதகம் தந்தார்கள்;
ஒரே ஒரு நாள்
விரதம் இருந்தேன்
வேலை கேட்டு.
பெருசாய் ஒரு
ஜெயிலே கிடைத்தது.

மனஓசை: மார்ச் 1987

கடலலைகளில் ஒரு கண்ணீர் துளி

இளந்தீ

கடலலைகளில் கண்ணீர்துளி ஒன்று
தேசமாகி இருக்குது – அங்கு
இனவெறியில் எங்களின் வாழ்க்கை
நாசமாகிக் கிடக்குது
தமிழங்க நாங்க – இலங்கைத்
தமிழங்க நாங்க!

பட்டப்பகல் படுகொலைகள்
பாவி அரசு நடத்துது
பத்தாயிரக் கணக்கில் உயிர்
செத்துப்போயி கிடக்குது!
வாழக்கூட உரிமையில்லே
உயிரே சுமையாச்சி
பேசக்கூட நிலைமை இல்லை
வாழ்வே எமனாச்சி
அச்சத்திலே தத்தளிக்கும்
படகாய் கதியாச்சி

(கடலலைகளில்...)

புலிகளின் போராட்டங்கள்
இனவெறி வழி போச்சி
இந்திய அரச நம்பி
ஏமாந்தது மிச்சமாச்சி
மலையகத் தமிழருக்கு
துயரே உயிராச்சி
யாழ்ப்பாண தமிழருக்கும்
வாழ்வே பறிபோச்சி
அச்சத்திலே தத்தளிக்கும்
படகாய் கதியாச்சி

(கடலலைகளில்...)

துயரத்தின் விளிம்பினிலே
துவண்டு நிற்கும் தமிழர்களே!
நம்பிக்கை விதைகள் பூத்து
நல்லவழி தெரிகின்றதே !
உங்களுடன் இணைந்திருக்க
சிங்களர் துணையிருக்க
தத்தளிக்கும் தமிழர்களே
தடுமாற்றம் இனி எதற்கு?

அங்கும் தொழிலாளர் உண்டு
ஏரோட்டும் உழவர் உண்டு
உரிமைகள் பறிக்கப்பட்டு
வறுமையோடு துயரம் உண்டு
சிங்களத் தமிழ் உழைக்கும்
சனம் இணைந்தால் விடிவு உண்டு.

கடலலைகளில் கண்ணீர்த்துளி ஒன்று
தேசமாகி இருக்குது – அங்கு
கனன்று வீசும் வர்க்கத் தீயில்
பாசிசமே நடுங்குது!
உழைக்கும் சனங்களே – திரண்டால்
உதிக்கும் விடியலே!

மனஓசை: மார்ச் 1987

என்னங்க நாடு

கே.அறிவமதி

தண்ணி கேட்டுப் போனாக்கா
தண்ணி காட்டுறாங்கடா!
தண்ணி காய்ச்சும் பசங்களுக்கே
சலாம் போடுறாங்கடா!
எம்.எல்.ஏ மந்திரி
எல்லாரும் இப்படி
        என்னங்க நாடு
        எல்லாமே ஃபிராடு!

ஓட்டுக் கேக்க வரும்போது
கிழவிக்குத்தான் முத்தம்
கோட்டை ஏறிப் போன பின்னே
குமரிக்குத்தான் முத்தம்.

வாக்குப்பெட்டி வயித்துக்குத்தான்
ஓட்டுச் சோறு கெடைக்குது
ஓட்டுப் போட்ட நம்மவயிறோ
ஒடுக்கு விழுந்து கெடக்குது

இடைத்தேர்தல் வந்தாத்தான்
ஏதோ கொஞ்சம் நடக்குது
ஜெயிச்சுப் போன எம்.எல்.ஏ
செத்தாக்கா நல்லது
        என்னங்க நாடு
        எல்லாமே ஃபிராடு!

திருடனுக்குத் திருடன்தானே
தேர்தலிலே நிக்கிறான்
ஜெயிச்சு வந்தா தேசத்தையே
கூறுபோட்டு விக்கிறான்

சட்டசபைக்குள்ளாற
மட்டமான பேச்சுங்க
குள்ளநரிக் கூட்டங்களின்
குட்டு வெளியாச்சுங்க

வரிகட்டா நடிகர்கள
சரிக்கட்டும் ஆட்சி
வெக்கங்கெட்ட செய்திகள
வெளியிட்டா போச்சு
என்னங்க நாடு
எல்லாமே ஃபிராடு!

கங்கைநீரை ஊத்திஊத்தி
கும்பாபிஷேகம் நடக்குது
தண்ணிதேடி ஜனங்களெல்லாம்
மைலுகணக்கில் நடக்குது

வீராணம் திட்டமெல்லாம்
புஸ்வாணம் ஆச்சு
தெலுங்குகங்க திட்டத்திலும்
மண்விழுந்துப் போச்சு

ஏழபாழ எல்லோருக்கும்
இலவசமா செருப்பு
இனி ஓட்டுக்கேக்க வரும்போது
அதனாலே இறுக்கு
என்னங்க நாடு
எல்லாமே ஃபிராடு!

மனஓசை:மே 1987

ஆந்திரக் கவி வரவர ராவ் கவிதைகள்
தமிழாக்கம் இரா.சீனிவாசன் சாந்தா

கவிஞனின் துணிவை விளக்க அவனுடைய கவிதையே மிகப் பொருத்தமானது. விடுதலைக்காகப் போராடி தூக்கிலிடப் பட்ட நீக்ரோ கவிஞன் பெஞ்சமின் மொலாய்சுக்கு சமர்ப்பிக் கப்படுகிறது இக்கவிதை.

ரத்தமும் கண்ணீரும்
வீணாக ஓடியதில்லை.
மழைத் துளிகள் கடலலையாய்
மின்னல் கீற்று இடியோசையாய்!

அன்னைபூமி தன் கண்ணீரைத்
துடைத்துக் கொள்கிறாள்;
சிறைக்கம்பிகளின் வழியாக
அந்தக் கவிஞனின் சேதி,
நெடுந்தூரம் செல்கிறது.

கசாப்புக்காரன்

என்.டி.ஆரின் போலீசையும் கூட நெகிழவைத்துவிடும் 'கசாப்புக்காரன்' என்கிற கவிதை. இதுவும் வரவர ராவின் தடை செய்யப்பட்ட தொகுப்பில் இடம் பெற்றிருக்கிறது.

இந்தக் கவிதை 'காமரெட்டி' என்னும் நகரில் நடந்த உண்மையான சம்பவத்தை ஒரு முசுலிம் காசப்புக் கடைக்காரர் சொன்னதிலிருந்து எழுதப்பட்டது. 1985ம் ஆண்டு மே15ல் அந்த ஊரில் போலீசின் 'மோதல் கொலைகளை' கண்டித்து கடையடைக்கும்படி முற்போக்கு இளைஞர் அணியின் இளைஞர் ஒருவர் பிரச்சாரம் செய்தார். கல்லூரி மாணவரான அந்த இளைஞனை கைது செய்து நடுத்தெருவிலே நிறுத்தி

துப்பாக்கிப் பின்புறக் கட்டையாலே ஒரு பாம்மை அடிப்பது போல அடித்து நொறுக்கியது.

வரவர ராவின் வார்த்தைகளில் அந்தக் 'கசாப்புக்காரன்' கவிதை பேசுகிறது. இது கவிஞனின் வார்த்தைகளாக இருந்தாலும் பொருள் அந்தக் கசாப்புக் கடைக்காரர் 'காமரெட்டி' நீதிமன்றத்திலே அளித்த வாக்குமூலமே! இந்த உண்மைகள் தான் ஆட்சியாளர்களை உண்மையிலேயே சுட்டன. ஆனால் கவிதை நூலை என்ன காரணத்திற்காக தடை செய்தார்கள் என்பதை அவர்கள் இன்னும் தெரிவிக்கவில்லை. நீதிமன்றத்துக்கு கொண்டுசெல்ல வேண்டும் என்ற நோக்கத்தைத் தவிர வேறெதுவும் இல்லை தடை உத்தரவில்; எந்த சட்ட விதியின் கீழ் அது தடை செய்யப்படுகிறது என்று குறிப்பிட வேண்டும். அதுவும் இல்லை. ஆனால் கருத்து சுதந்திரம் காப்பதில் நமது நீதி மன்றங்கள் 'போலீசுக்குக்' கொஞ்சமும் குறைந்ததல்ல.

வரவரராவின் கவிதை நூல் நீதிமன்றத்தினாலும் சிறையில் அடைக்கப்படும். ஆனால் நூலிலுள்ள கவிதைகள் ஏற்கனவே ஏதாவது ஒரு இதழில்வெளிவந்து விட்டன. வெளிவந்து கொண்டிருக்கின்றன. ஏற்கனவே படிக்கப்பட்டன. மீண்டும் படிக்கப்படுகின்றன. ஏற்கனவே பேசப்பட்டன. மீண்டும் பேசப்படுகின்றன.

கவிஞனின் செய்தி, சிறைக்கம்பிகளின் வழியாக நெடுந் தூரம் செல்கிறது.

> மாமிசம் விற்கிறவன் தான்!
> நீங்கள் விரும்பினால்
> என்னைக் கசாப்புக்காரன் என்று
> அழைக்கலாம்.
>
> நான் ஒவ்வொரு நாளும்
> உயிர்க் கொலை செய்கிறேன்.
> மாமிசத்தை அறுக்கிறேன்; விற்கிறேன்.

ரத்தம் எனக்கும் பழக்கமானது.
நீங்கள் விரும்பினால்,
என்னைச் கசாப்புக்காரன் என்று
அழைத்துக் கொள்ளுங்கள்.

ஆனால் உண்மையான
கசாப்புக்காரன் யாரென்பதை
அன்றுதான் கண்டேன்

★ ★ ★

நான் உயிர்களைக் கொல்கிறேன்,
ஆனால் எப்போதும் வெறுப்புடன் அல்ல
நான் மாமிசத்தை விற்கிறேன்
ஆனால் ஒருபோதும்
என்னை விற்றதில்லை.

ஆடுகளைக் கொல்லும் எனக்கு,
மனிதர்களைக் கொல்லும் திட்டமும் சதியும்
கொடூரத்தின் அர்த்தமும்
அன்றுதான் தெரிந்தது.

சுதந்திரத்தின் நடனம்

வா, சுதந்திரதேவியே!
வந்து நடனமாடு.
நான் உனக்கு அமைதி மேடை
அமைத்து வைத்திருக்கிறேன்,
சவக் குழிகள் தோண்டி!

மகுடத்தின் உச்சியில்,
அதிகார நிழலில்,
ஆட்சியாளரின் வெண்கொற்றக் குடையின் அடியில்,
என் அதிகாரத்தின் உச்சியில்
வா, வந்து நடனமாடு.

நடனமிடும் சுதந்திரதேவியே,
வா, வந்து ஆடு!

மனஓசை: ஆகஸ்டு 1987

தொகுப்பு-7 (1988-89)

இறக்கைகள் இழந்த வண்ணத்துப்பூச்சி

புதிய ஜீவா

எந்நேரமும்
வேலைத்தளத்திலிருந்து
எறிவான் வெளியே
உன்னை.
பேசாதே வாய்.
எல்லாம் உண்டு அவனிடம்.
மனதை எப்போதும்
அரிக்கட்டும் பயம்.
நிகழ்காலத்திலிருந்து
எதிர்காலத்தைப் பார்.
இக்கரைக்கு அக்கரை
இருட்டு.
இருட்டெண்ணி
எப்போதும் பயப்படு.
எல்லைக்கப்பால் நீளும்
சுண்டுவிரலும்
நொறுக்கப்படும்.
மெல்லிதான இனிய
கனவுகள் காணாதே.
கனவுகள் தூக்கத்தின் எதிரி.
எப்போதும் தூங்கு.
இல்லையெனில்
கண்கள் வழித்தெறியப்படும் .
இருட்டுக் கூண்டுக்குள்
வௌவால்கள்
குறுக்கும் நெடுக்கும்போல்,

ஓயாத சச்சரவு.
வாடகைக் கூண்டைவிட்டு.
வராதே வெளியே.
வந்தாலும்
சொந்தக் கூண்டுக்காய்
வாழ்க்கையை அடகு வை.

சுதந்திரக் காற்று
வீசும் பூமியெனச் சிந்திக்காதே.
மூளை சிதறிவிடும்.
வயிறளவே யாகுமாம்
வாழ்க்கை.
வயிறெண்ணிப் பாடுபடு.
வயிற்றுக்காய் மானம்விடு.
வயிறு துரத்த
தெருவெங்கும் மலினப்படு.
துப்பாக்கிக் குழல் வழியே
குருதி வழிவதை மறைத்து
அன்பு வழியப் பார்ப்பவனின்
ஆளுகைக்குக் கட்டுப்படு.
யாருக்காவோ ஓடு
வண்டிக் குதிரை போல் பார்
நாலா திசைகளிலும்
பார்க்கிற மூடர்கள்
பிழைப்பதறியார்.
என்றேனும் ஓய்வு கிடைத்தால்
கண்ணாடியைப் பார்.
ஓ.........
இறக்கைகள் இழந்த
வண்ணத்துப்பூச்சி,
ஊரும்.

மனஓசை: ஜூலை 1988

இடிபாடுகளிலிருந்து...
கார்லோஸ் காஸெரெங்

தமிழில்: எஸ்.வி.ராஜதுரை

நன்றி: Index on Censorship VOL, 17, No: 5.

கவிதையின்
வரிகளுக்கிடையே
வெடிகுண்டொன்றை
வையுங்கள்.
வரிகளனைத்தும்
சுக்குநூறாகட்டும்.

பின்னர்
மேலும் உண்மையானதொரு
கவிதையை
எழுப்புங்கள்
அதற்கு தேவையான
அனைத்தும் கிடைக்கும்
இடிபாடுகளிலிருந்தே.

(குவாத்மாலா நாட்டைச் சேர்ந்த இந்த 40 வயதுக் கவிஞர் ஒரு பத்திரிகையாளரும் சமூகவியலாளருமாவார். குவாத்மாலாவின் ராணுவக் கொடுங்கோலாட்சியின் ஒடுக்குமுறை காரணமாக மெக்ஸிகோ நகரத்தில் கடந்த 20 ஆண்டுகளாக வாழ்கிறார்)

மனஓசை: ஜூலை 1988

ராதை என்று அழைக்காதீர்!

மலையாளத்தில் : சச்சிதானந்தன்
தமிழில் : சே.சேவற்கொடியோன்

என்னை ராதை என்று அழைக்க வேண்டாம்
என் கால்களில் தெரிவது
சுந்தரச் சலங்கையின் சுவடுகளல்ல,
தண்ணீர்க்குடமும் தாளாத குடும்பபாரமும்
தலையில் சுமந்து தாகத்தோடு நடந்த
வாழ்க்கைப் பயணத்தின் வடுக்கள்!

என் கைகளின் சிவப்பது மருதாணியல்ல
கணக்கற்ற துன்பங்களின் ரத்தத்துளிகள்;
அடுப்புக்கல் வழங்கிய அடையாளங்கள்.
என் கழுத்தில் வனமாலையுமில்லை
ஒளிசிந்தும் மணிமாலையுமில்லை
அடிமைத்தனத்தின் இடைவிடாது இறுக்கும்
கறுத்த சரடு மாத்திரம்

என் கூந்தலுக்கு மணம் நிறைந்த
தோட்டத்து மலர்களைச் சூடும் அழகில்லை
எனக்கு வாய்த்தவை எல்லாம்
வேதனைகளும் விதவையின் துக்கங்களும்
இருண்ட காட்டுப்பாதைகளும் மட்டும்.

என் கறுத்து மெலிந்த தொடைகளுக்கிடையில்
உடல் திணவெடுத்த காமமில்லை
வயிற்றின் தகிக்கின்ற பசி ஒன்றுதான்,
எனக்குத் தேவை ஒரு துண்டுரொட்டி.
என்னை ராதை என்று அழைக்கவேண்டாம்
நான் ராதை இல்லை;
சதி சாவித்திரி இல்லை
எனக்கு பெயரே இல்லை.

காளிந்தி நதிதீரத்தின் ஆயிரமாயிரம்
கற்களுக்கிடையில் நானும் ஒரு கல்
காலங்கள் தோறும் பிறந்த கண்ணன்மார்களின்
கால்கள் எட்டிமிதித்ததால் இடுப்பு வளைந்து
எழில் இழந்த வெறும் கல் நான்

என் இதயம் ஒரு அடுப்பு
புல்லாங்குழலால் அதில் தீ மூட்ட முடியாது
என் குரலில் இனிய குயில்களில்லை
விதியையும் மக்களையும் சபித்து உடைந்துவிட்ட
என் தொண்டையில் கருகும் சிதை மட்டும்.

என் மார்பகங்கள் மயான புஷ்பங்கள்
என் கண்களில் அந்நியக் குரூரம்
என்னை ராதை என்று அழைக்க வேண்டாம்.
வஞ்சக தீரர்களுக்கு மடியில் இடம் தந்து
எலும்புக்கூடாய் ஆகிப்போனவள்.
சகிப்புத்தன்மையுடன் சஞ்சரிக்கும் பசு நான்
படையோட்டக் குதிரைகளின் குளம்படிகளில்
சிக்கிச்சிதைந்த பரிதாபப் பச்சிலை நான்.

நான் தோட்டி மகள்
உங்கள் சரித்திர வாசலை
கூட்டிப்பெருக்கும் தோட்டி மகள்.
நீங்கள் ஆராதிக்கின்ற ஆலயங்களில்
உதயத்தை உணவாக்கி நடனமிடும் உதயம்

ஹே பூமி மாதா,
என்னை இவ்வளவு உயரத்தில்
உலவவிட்ட என் அன்னையே!
இனி வருகின்ற அக்கினிப் பரீட்சையில்
என்னை மீண்டும் ஈன்றெடுக்க
கால்களை விரித்திட வேண்டாம்
அவர்கள் அநீதிகளின் அயோத்திகளைக் கொளுத்த
கரிந்த இந்த முலைக்கண்கள் போதும்.
நான் வீதிதோறும் வீடுவீடாய் நடந்து
புருஷர்களின் மரணத்திற்கு முலை ஊட்டுவேன்

இதோ -
அவருடைய மதுராபுரிச் சுவர்களில்
என் சிவந்த கை அடையாளம்.
அதிலிருந்து சிந்துவது என்னை வீழ்த்திய
சழக்கர்களின் குருதி.
அது
விதவைகளுக்கும் வேசிகளுக்கும் நாளை
கிழக்கே சூரியனாய் உதிக்கும்பொழுது
என் முதலிரவு முடிந்திருக்கும்
அந்திம ராத்திரியும் கழிந்திருக்கும்
அதுவாகத்தானிருக்கும்
என் வாழ்வின் முதல் பகல் !

மனஓசை : அக்டோபர் 1988

சாமான்களாய்.....

பஞ்சு

இரும்பு அலமாரி
வாசலுக்குள் வர முடியாமல்
வந்து இறங்கியது
வீடு மகிழ்ந்தது

தொலைக்காட்சிப் பெட்டி
நடிகை போல நுழைந்தது
எல்லோர் முகங்களிலும்
திரைப்படம் ஓடியது

மாவு ஆட்டும் இயந்திரம்
வந்து அமர்ந்தது
மனைவி
சக்கரமாய்ச் சுற்றினாள்.

ஒரு நாள்
வீட்டிற்குள் பூத்தது
பூவொன்று!
பெண் பூ என உச்சரிக்கப்பட்டது
மின்சாரம் நின்றுபோன
காற்றாடியாய்
வீடு சுருங்கிச்
சமாதியானது.

மனஓசை : டிசம்பர் 1988

குள்ளனின் பாடல்

ஆப்பிரிக்க கவிதை
தமிழாக்கம் : பஞ்சு

Song of The PYGMY — என்ற தலைப்பிலுள்ள ஒரு தென்னாப்பிரிக்க நாட்டுப்புறப்பாடல் இது.

காடு; விரிந்து உயர்ந்து கிடக்கிறது
காற்று; மெதுவாய் இதமாய் வீசுகிறது.
குள்ளனே!

உன் வில்லோடும் அம்போடும்
விரைந்து செல் மேலே!

பாய்ந்து ஓடு
இங்கும் அங்குமாக!
அங்கும் இங்குமாக!

அதோ! பன்றி.... யார் கொல்வது?
குள்ளனைத் தவிர வேறு யார்?
ஆனால் உண்ணப் போவது...?

ஏழைக் குள்ளனே! போ! தொடர்ந்து போ!
சமைப்பதற்கான ஏற்பாடுகளைச் செய்!

உனக்கு அவர்கள்
மலக்குடல் இறைச்சியைத்
தந்தாலும் தரலாம்.....!

வெடிஓசை! வீழ்ந்தது யானை
சுட்டது யார்?
குள்ளனைத் தவிர வேறு யார்?

ஆனால் யானையின் வெண் தந்தத்தை
பெறப் போவது......?

மனஓசைக் கவிதைகள்

ஏழைக்குள்ளனே! போ! தொடர்ந்து போ!
தந்தத்தை எடுக்க ஏற்பாடுகளைச் செய்!

உனக்கு அவர்கள்
யானையின் வாலைத்
தந்தாலும் தரலாம்......!

குரங்குகளைப் போலவே
இருப்பதற்கு ஒரு வீடில்லை!

காட்டிலுள்ள தேனை எல்லாம்
திரட்டுவது யார்?
குள்ளதைத் தவிர வேறு யார்?
ஆனால் அந்தத் தேனை
ஆர்வத்துடன் சப்புக்கொட்டிக் குடிக்க போவது!

ஏழைக்குள்ளனே!
காடெல்லாம் சுற்றித் திரட்டு,
உனக்கு அவர்கள்
தேனடையின் சக்கையைத்
தந்தாலும் தரலாம்......!

இங்கே!
வெள்ளைக்காரர்கள் இருக்கிறார்கள்
நல்லவர்கள் வெள்ளைக்காரர்கள்.
யார் இங்கே நடனமாடக் கூடும்
குள்ளனைத் தவிர வேறு யார்?

ஆனால் அவன் சுருட்டைப்
புகைக்கப் போகிறவர்கள்.......?

ஏழைக்குள்ளனே!
சிறிது நேரம் உட்காரலாம் நீ
கரங்களின் தசைநார்களை
விறைப்பாக்கிக் கொள்ளலாம் நீ!

மனஓசை : சனவரி 1989

அம்மா!

தெலுங்கு மூலம்: சிவசாகர்
தமிழில்: தரணிராஜன்

அம்மா!
எனைப் பெற்றெடுத்தமைக்கு
புரட்சிகர நன்றியுனக்கு!

வயல்களில் சிதறி கிடக்கும் நெல்மணிகளை
பொறுக்கியெடுக்கும் வேளையில்
அம்மா!
எனைப் பெற்றெடுத்தமைக்கு
புரட்சிகர நன்றியுனக்கு!

பட்சிகளின் ராகங்களுக்கிடையில்
பச்சையருகம்புல் மலர்ப்படுக்கை மீது
அம்மா!
எனைப் பெற்றெடுத்தமைக்கு
புரட்சிகர நன்றியுனக்கு!

உதிர்ந்து விழும் பூக்களையும்
உதிரம் சிந்தும் குருவிகளையும் கூட
தன்னுயிரை ஈந்தாயினும்
காக்க கற்பித்தாய்
அம்மா!
எனைப் பெற்றெடுத்தமைக்கு
புரட்சிகர நன்றியுனக்கு!

நிசப்தம் நிறைந்துள்ள நடுநிசியில்
பருத்திக்காய் பிளக்கும் ஒலியை
துல்லியமாய் செவியுணரச் செய்தாய்
மலைகளிலே மையம் கொண்ட
சூறாவளியை சுட்டிக்காட்டி
விழிகளை விரியச் செய்தாய்
அம்மா!
எனைப் பெற்றெடுத்தமைக்கு
புரட்சிகர நன்றியுனக்கு!

தூக்குமரத்தையும் துச்சமென்றிடும்
ஊக்கமிகு வீரத்தினை ஊட்டினாய்
வெள்ளைமதை எதிர்நீச்சலிட்டு
வென்றிடும் வேகம் தரும்
வெண்சங்குப்பால் புகட்டினாய்
மூன்றாம் பிறையையுந்தன்
முலைப்பாலால் வளர்த்து
முழுமதியாக்கினாய்
அம்மா!
எனைப் பெற்றெடுத்தமைக்கு
புரட்சிகர நன்றியுனக்கு!

வயல்களில் சிதறிக் கிடக்கும் நெல்மணிகளை
பொறுக்கியெடுக்கும் வேளையில்
அம்மா!
எனைப் பெற்றெடுத்தமைக்கு
புரட்சிகர நன்றியுனக்கு!

மரணம் என்னை நெருங்கி
மர்மமாய் கிசுகிசுப்பதற்கு முன்
தடுக்கும் தளைகளை மீறி
உன்னை ஒரு முறை
கண்டிட வேண்டுமென்பதே
என் இறுதி விருப்பம், இறுதி விருப்பம்.
அம்மா!
எனைப் பெற்றெடுத்தமைக்கு
புரட்சிகர நன்றியுனக்கு!

பட்சிகளின் ராகங்களுக்கிடையில்
பச்சையருகம்புல் மலர்ப்படுக்கை மீது
அம்மா!
எனைப் பெற்றெடுத்தமைக்கு
புரட்சிகர நன்றியுனக்கு!

(கவிதை 18.11.1988 தேதிய ஆந்திர ஜோதி
வாரப்பத்திரிகையில் வெளிவந்தது.)
மனஓசை: சனவரி 1989

காவேரிக்கரை நெசவாளி

மலையாளத்தில்: சச்சிதானந்தன்
தமிழில்: சுகுமாரன்

பள்ளிப்பாளையத்தின் போக்குவரத்துகளுக்கும்
விசைத் தறிகளின் தாளம்;
குதிரை வண்டிகளின் கூரிய ஓசை மட்டும்,
இடையிடையே அதைக்குறுக்காக வெட்டிப் பாய்கிறது.
மத்தியானம்
காவடிகளின் ஊர்வலம் கடந்து போகிறது
முழங்குகிற தவுலுக்கு ஒத்து கிழவனும் பையனும்
நூல் உருளைகள் போலச் சுழல்கிறார்கள்
குறுகிய தெருவின் இருபுறமும்
தறிகள் ஹர - ஹர - ஹர - ஹர என்று முழங்குகின்றன.
மாலையில்
பட்டுத் துணியில் மூடிய பிணம்
விபூதி அணிந்து கடந்து போகிறது.
அழுவதில் தேர்ந்த பெண்கள்
கண்ணில் மிளகாய்த் தூளை தூவிக்கொண்டு
கைவீசிப் புலம்புகிறார்கள்?

நூல் சாயம் கரைந்து கலங்கிய கண்களுடன்
கோடைக்காலக் காவேரிப்பாறைகளின் நடுவில்
தடுமாறுகிறது
வேலை முடிந்த அலுப்புடன்
அவளுடைய மெலிந்த கைகளில் கிடந்து
வேலன் கனவுகளை கண்இமைத்து ஒதுக்குகிறான்

குமாரபாளையத்துக் குரங்காட்டியின்
குஞ்ஞுராமனைப் போல
நினைவுகள் கற்ற வித்தைகளைக் காட்டுகின்றன.

கரும்பு வயலில் வேலை செய்து
சக்கை போலத் துப்பி எறியப்பட்ட தகப்பன்,
அடுத்த வீட்டுக்காரியுடன் கணவனின் கள்ளத்
தொடர்பு தெரிய
இளம் வயதிலேயே தூக்கில் தொங்கி இறந்த தாய்,
அவளுடைய ஆவி பிடித்து
நாளுக்கு நாள் மெலிகிற பாப்பாத்தி,
அப்பன் பலமுறை பழனிமலை மிதித்தும்
மாப்பிளை வந்து சேராத மலர்,
பள்ளிக்கூடத்துக்குப் பயந்து
தெருவை வேடிக்கை பார்த்துக் கொண்டிருக்கும்
செல்வன்.

நூற்றுக்கு ஐந்து வட்டியில் ஒடுங்கி நகரும் மாதங்களில்
சொந்தத் தறி வாங்க வேண்டும் என்ற கனவு கூட
தடுமாறி விழுகிறது.
துக்கம் தாளாதபோது குடிக்கிறான்
வடிவை மூர்க்கமாக உதைக்கிறான்
கத்திக் கொண்டு பாயில் விழுகிறான்
சொந்தக் கைகளால் செய்த பட்டுத்துணிகளை
யாரோ வாங்குகிறார்கள்.
குழந்தைகளோ ரேஷன் துணிக்காக க்யூவில்
நிற்கிறார்கள்.

ராட்சதர்களைப் போல உயர்ந்து உயர்ந்து வரும்
மாளிகைகள்
குடிசைக் குழந்தைகளின் ரத்தம் உறிஞ்சக் குனிகின்றன.

கோவிலின் முருகனும் துணை வரவில்லை
கொடியிலே அண்ணாவும் துணை வரவில்லை
ஆற்றங்கரை மயானத்தில்
தானும் ஒரு கல்லாக மாறுவது கண்டு
வேலன் திடுக்கிட்டு விழிக்கிறான்
பகல் சாய்கிறது, ஆயுள் சாய்கிறது
உயராத முஷ்டியின் வெறுமை
வேலன் மனதில் அந்தி வெயிலுடன் வந்து கவிகிறது.
இவன் உறவினரையும் எதிரிகளையும்
புரிந்துகொள்வது எப்போது?
இவன் உடல் சுரண்டுபவனின் ரத்தம் பூசி
காவடி போல வளைந்து கூத்தாடுவது எப்போது?
★ 'சந்திர மோகன்' முதலியவர்களின் செய்தி
இவனுடைய அகநானூறிலும் புறநானூறிலும்
கொழுந்து விட்டெரிவது எப்போது?

★தஞ்சையில் விவசாயப் போராட்டத்தில் பண்ணையார்களால் படுகொலை செய்யப்பட்ட சந்திரமோகன், சந்திரகுமார்.

மனஓசை: அக்டோபர் 1988

நக்சல்பாரி

ஆங்கில மூலம்: வருண சங்கர்.
தமிழில்: கோ.சடை, கலைச்செல்வன்

(1967 மே 25ம் நாள் நக்சல்பாரி விவசாயிகள் பேரணி ஒன்றில் போலீஸ் நடத்திய துப்பாக்கிச் சூடு 10 தோழர்கள் உயிரைப் பலிகொண்டது. அவர்கள் ஏந்திய உன்னத லட்சியங்களுக்கு மரணம் ஏது?)

கம்பீரமான பிரம்மபுத்திரா நதியை நோக்கி
கொந்தளிப்பு விதைகள் கொட்டத் தொடங்கின
சாங்போ* நதியிலிருந்து
மாபெரும் கலாச்சாரப் புரட்சி ஒலிகள்
மாபெரும் ஆசிரியர் மாசேதுங்கின்
உணர்ச்சி ததும்பும் பேச்சொலிகள்
கேட்ட நிமிடமே உள்ளூர் முதலைகள்
விருந்தை மறந்து விரக்தியாயின.
அஞ்சி நடுங்கி அலறத் தொடங்கிய
அதே நேரம்
பிரம்மப்புத்திரா பெருநதி வெள்ளம்
சுமந்துவந்த புரட்சிச் செய்திகள்
ஆயிரமாண்டாய் மீளாத் துயிலில்
ஆழ்ந்து கிடந்த பசிய கரைகளை
வயல்களை வனங்களைத் தட்டி எழுப்பி
உணர்ச்சியூட்டி உயிர்த்தெழச் செய்தன.

கொந்தளித்துக் கொதித்துச் சிதறிய
இந்த உலையின் இனிய குழந்தைதான்
விடுதலைக் காவியக் காட்சிகள் படைத்த
இந்திய வரலாற்றில் இணையே அற்ற
நக்சல்பாரி உழவர் புரட்சி.

கோழையாய் வாழ்ந்த கோடி உயிர்கள்
செம்படையாகச் செழித்து வளர்ந்திட
கட்டுப்பாடற்றுக் கரை புரண்டோடும்
பிரம்ம புத்திராவின் திகிலூட்டும் அழகும்
சிறுமை அடைந்தது புரட்சியின் முன்னே.

நக்சல்பாரி!
உனது பழங்கதைகளும்
போராட்டத்தின் பொலிவும் வலிவும்
புரட்சி உணர்வும் தீரச்செயல்களும்
எங்கள் வாழ்வுடன் இணைந்து விட்டன
நாட்டுப் பாடலின் கருப்பொருளாயின.

நக்சல்பாரி!
மழலைப் பருவத்தே மடிந்து விட்டாலும்
என்றென்றும் நீ உயிருடன் இருக்கிறாய்.

(*சீனப்பகுதியில் மானசரோவர் ஏரியில் உற்பத்தி ஆகும் சாங்போ நதிதான் இந்திய எல்லையை அடையும்பொழுது பிரம்மபுத்திரா நதி என அழைக்கப்படுகிறது.)

மனஓசை: மே 1989

விழிப்புற்ற ஒரு பாட்டாளியின் கேள்விகள்

ஜெர்மானிய மூலம்: பிரெக்ட்
தழுவி எழுதியது: வெள்ளி மாறன்

முடி நிழல் அடி தொடாத பிரகதீசுவர கோபுரம்
எழும்பியது யாரால்?
வரலாற்றுப் புத்தகங்களில் உள்ளன அரசர்களின்
பெயர்கள்.
அரசர்களா சுமந்தனர் கட்டிடக் கற்களை?

ஆக்ராவின் காதல் பளிங்கை கட்டி முடித்தவன்
பெயர் தெரியுமா?
கலையை விற்று கைகளை இழந்த அந்த
தொழிலாளிகளை நீ அறிவாயா?

பன்முறை நிர்மூலமாகப்பட்டது 'பாபிலோன் நகரம்'
மீண்டும் அதை நிர்மாணித்தவர் யார்? பொன் கதிர்
வீசும்
அந்த நகரத்தில் எந்தவித வீடுகளில் வாழ்ந்தனர்
தொழிலாளிகள்?

மலைமுகடுகளில் நீண்டு வளைந்து செல்கிறது சீன
நெடுஞ்சுவர்
மாலையில் எங்கே சென்றனர் சீனச் சுவர் கட்டி
முடித்ததும் கொத்தனார்கள்?

காளை அலெக்சாண்டர் இந்தியாவை வென்றான்,
அவன் தனியாகவா? அப்போது ஒரு சமையல்காரன்
கூடவா இல்லை அவனோடு?

ஸ்பெயின் நாட்டு அரசன் அழுதான் அவனுடைய
கப்பல் கடலில் மூழ்கியபோது.
அப்போது வேறு யாருமே அழவில்லையா?

இராசேந்திர சோழன் கங்கை 'கொண்டான்'
கடாரம் 'வென்றான்'
அவனைத் தவிர வேறு யார் வென்றார்கள்?

சேரன் சோழனை வென்றான்
சோழன் பாண்டியனை வென்றான்
பாண்டியன் சேர சோழர்களை வென்றான்
ஒவ்வொரு பக்கத்திலும் ஒவ்வொரு வெற்றி
வெற்றி விழா உணவு சமைத்தவர் யார்?

பத்தாண்டுகளுக்கு ஒருமுறை ஒரு மாவீரன்,
இவர்களின் செலவுக்கு முதலீடு செய்தவர் யார்?

கணக்கில் அடங்காச் சாதனைகள்.
கணக்கில் அடங்காக் கேள்விகள்.

மனஓசை: ஜூன் 1989

இலங்கையிலிருந்து ஒரு கவிதை
செல்வி

அர்த்தமற்ற நாள்களில்
வாழ்ந்து கொண்டிருக்கிறேன் -
அவலத்திலும் அச்சத்திலும்
உறைந்துபோன நாட்கள்...
காலைப் பொழுதுகளில்
பனியில் குளிக்கும் ரோஜாக்களைவிட
பக்கத்தில் இளமொட்டு முகையவிழ்க்கும்
'தொட்டாற்சிணுங்கி'யில்
கண்கள் மொய்க்கின்றன
இன்னுமெப்படி களையெடுப்பவன்
இதனைக் காணாது போனான்?
கேள்வியில் கனக்கும் மனது.
●

விரிவுரைக்காய் வகுப்பறைக்குப் போனால்
அவிழ்க்கப்படும் பொய்கள்
விசிறிகளில் தொங்கிச் சுழல்கின்றன;
அவை என் மீது விழுந்துவிடும் பயத்தில்.
அடிக்கடி மேல பார்த்துக் கொள்கிறேன்
மின்சாரம் அடிக்கடி நின்று போவதும்
நன்மைக்குத் தான்
செவிப்பறைமென் சவ்வுகள்
கொஞ்சம் ஓய்வெடுக்கின்றன.
●

திட்டங்களில் புதைந்துபோன மூளைகள்
திட்டமிட்டுத் திட்டமிட்டே
களைத்த மூளைகள்....
முகில்களில் ஏறியிருந்து சவாரி செய்கின்றன—
மூச்சுத் திணறும் இரத்தவாடை பற்றிய
சிந்தனையில்லாது
●
நான் களைத்துப் போனேன்.
புகைபடிந்த முகத்துடன்
வாழும் நாள்கள் இது...

மனஓசை : ஜூலை 1989

ஓ துர்பாக்கியமானவர்களே !

பெர்டோல்ட் ப்ரெக்ட்
தமிழில் : இந்திரன்

உங்கள் சகோதரனுக்கு
வன்முறை இழைக்கப்பட்டபோது
நீங்கள் கண்களை மூடிக்கொள்கிறீர்கள்

அடிபட்ட மனிதன் கதறுகிறான்;
நீங்கள் மௌனம் சாதிக்கிறீர்கள்.

வன்முறை சுற்றிச் சுற்றி வந்து
அதன் பலியை
அது தேர்ந்தெடுத்துக் கொள்கிறது.

என்ன மாதிரியான நகரம் இது!

எது மாதிரியான மனிதர்கள் நீங்கள்!

நகரத்தில்
ஓர் அநீதி இழைக்கப்படுகிறதென்றால்
அங்கே கொந்தளிப்பு இருக்க வேண்டும்

எங்கே அந்த கொந்தளிப்பு இல்லையோ
அந்த நகரம்
இரவு அதனைச் சூழ்ந்து கொள்ளும்முன்னரே
தீயில் எரிந்தொழிவதே
மேலாகும்

மனஓசை : ஜூலை 1989

எழிமலா

மலையாளம்: சச்சிதானந்தன்.

தமிழில் : புதிய பரிதி

எழிமலா கேரளக் கடற்கரையின் அழகு கொஞ்சும் கிராமம். 1983ல் கப்பற்படை பயிற்சி நிலையம் அமைப்பதை எதிர்த்து மக்கள் வெகுண்டடெழுந்து போராடினர். அந்த உணர்வுகள் இன்னும் மடியவில்லை. 1983 போராட்டத்தின் போது எழுதப்பட்ட கவிதை.

அனுமனின் கரங்களில் இருந்து
தவறி விழுந்த இறவாத மலை
இதமான மாலை நேரங்களில்
கம்பீரமான முகடுகளில்
மேகங்களும், நட்சத்திரங்களும்
ஓய்வு கொள்ளும் மலை.

சமுத்திரம் போல் விரிந்த பனைமரங்கள்
முடியும் இடத்தில்
ஆரம்பமாகிறது கருநிற மீன்கள்,
கடற்பறவைகளின் ஒரு கண்ணாடி மாளிகை,
குறிஞ்சி, 'தழுத்தமா' செடிகள்
எழில் சிந்தும் வனம்
நீலப் பறவைகளின் பசிய ஓய்விடம்,
சிவப்புக்கற்களும், கருங்கற்களும்
பளபளப்பாக்கப்படும் இடம்.
கொலையாளிகளையும் சீர்திருத்தும்
இயற்கை நிலையம்
அமைதி நாடுகளின் பீடபூமி;
துருவனின் சின்னம்

ஒரு காலைப் பொழுதில் திடீரென
இயற்கைக்கும், மனிதனுக்கும்
ஏதிராக தொடுக்கப்பட்டது போர்,
தன் வயல்களை இழந்தான் உழவன்
தன் கடலை இழந்தான் மீனவன்
மரத்தை இழந்தது அணில்
பறவைகள், மரங்களிலிருந்து இருந்து
நாடு கடத்தப்பட்டன!
நாரையின் பாடல் தடை செய்யப்பட்டது
நாடோடிப் பாடகன் தன் நாவை இழந்தான்
மக்களின் கவிஞன் தன் வார்த்தைகளை
இழந்தான்
விழாக்கால நடனக் கலைஞன்,
தன் ஆட்ட அசைவுகளை இழந்தான்.

திடீரென,
ஒரு காலைப் பொழுதில்
பூட்ஸ் கால்களைப்
பின் தொடர்ந்தன பூட்ஸ் கால்கள்.
முழக்கமிட்ட ராணுவ புல்டோசர்கள்,
சங்க காலத்தில் இங்கே கவிதைகளை நிறைத்த
'அழிசி' கவிஞர்களின் பாடல்களை
கபளீகரம் செய்தன.

சூரிய வெள்ளையான 'பரணா' மரங்களை,
சிவப்பாக்கியது குருவிகளின் குருதி.
தங்கள் தோள்களில் குழந்தைகளைச் சுமந்து,
ஆதிவாசிகளின் மாலையைக் கழுத்தில் தாங்கி,
நடனமாடிய குன்றுகள், பொடிப் பொடியாய்
தரைமட்டமாக்கப்பட்டன.
பாணரையும், கூத்தரையும்,
பாடல் கவிஞரையும் கலைஞரையும்
போற்றிப் பாதுகாத்த 'நாணா' மன்னனின்
இன்னிசைத் தோட்டங்களை
ஆக்கிரமித்தன கான்கிரீட் காடுகள்.

மனஓசை : ஆகஸ்ட் 1989

புயலின் பாடகன்
கோவிந்தராஜ்

புயல்
அழிவின் சின்னமா? அல்ல.

குப்பைகளைத் தூக்கி
தூர வீசுங்கள்
அவைகளிலிருந்து
புதிய தளிர்கள்
புறப்பட்டு வரும்.

புயல்
பீதியடைந்த வாழ்க்கையை
துரத்தியடிக்க வருகிறது.

புயல்
ரத்தம் குடிக்கும்
ராட்சஷனிடமிருந்து
நம்
அன்புக் குழந்தைகளைக்
காக்க விரும்புகிறது.
●

நான்
புயலின் பாடகன்
தேசங்களின்
குறுகிய எல்லைகளைக்
கடந்து வந்தவன்.

அரோராக் கப்பலிருந்து
அக்கினி ஈட்டிகளைப்
பாய்ச்சியவன்.
தல்வார்க் கப்பலில்
பீறிட்ட
ரத்தத் துளிகள் தொட்டு
என் பாடல்களை
வரைந்திருக்கிறேன்.

●

நான்
புயலின் பாடகன்

புயல்
ஓய்வை நாடியதில்லை.
நானும்...

புயல் சோகத்தில்
முகம் புதைத்து
அழுததில்லை.
நானும்....

புயல்
யாரிடத்தும்
கூனிக் குறுகி
யாசகம் பெற்றதில்லை
நானும்....

என்
பேனாவையும்
கவிதையையும் போல
புயலையும்
என்னில் இருந்து
பிரிக்க முடியாது
●

எங்களை நோக்கி
போலீசின் லத்திக்கம்புகள்
வெறி கொண்ட மட்டும்
துளைத் தெடுத்தது.

துப்பாக்கிச் சனியன்
ரவைகள் தீருமட்டும்
இருமிக் கக்கியது.

லத்தியின் ஒவ்வொரு
அடியிலும்
துப்பாக்கியின் ஒவ்வொரு
ரவையிலும்
எமக்கான வரலாறு
செதுக்கப்பட்டு விட்டது.

நாங்கள்
எம் பாடல்களைப் பாட
லேசாய்த் தொண்டையை செருமிக்
கொண்ட போதே
எதிரிகள்
குலை நடுங்கினர்.

நாங்கள்
அச்சில் வார்த்த
ஒவ்வொரு எழுத்துக்களிலும்
வெடிகுண்டை வைக்கக்
கற்றுக் கொண்டோம்.

காற்று நுழைய முடியாத
இடத்திலும்
நுழைந்து விட்ட
எம் கருத்துக்களை
கம்ப்யூட்டர்களால்
என்ன செய்ய முடியும்?

புயல்
கடந்த கால சோகத்தின்
விரோதி!
வருங்கால நம்பிக்கையின்
குறியீடு!

மனஓசை : செப்டம்பர் 1989

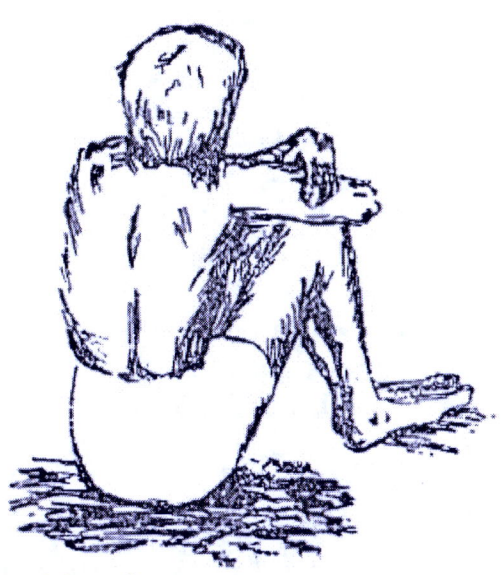

இலக்கு
இளமுருகு

வெயில் கொடுக்குகள்
சதை கவ்வும்
பங்குனிப் பாலை;

இருபுறம்
நல்ல தண்ணீர்க் குடங்கள்;
நான்கு மைல் தூரம்
சைக்கிள் அழுத்திய வலி;

நெஞ்சுக்குள்
இரத்த வியர்வை;

இறக்கிய குடங்கள்
இளைப்பாறும் முன்னே
தூண்டில் கேள்வி;

கை கொடுத்துத்
தூக்கி வைத்தவன்

“பள்ளிக் கூடச் சிநேகம்
பறைச்சேரி நண்பன்”
என்றதும் -

முகம் சிவந்து
மூக்கு விடைத்துக்
கவிழ்த்துக் கொட்டி
தாண்டவம் நடத்தினாய்......

பின்னொரு முறை—
ஊருக்கு அழகேற்றும்
மாரியம்மன் திருவிழா;

மகிழ்ச்சி பரிமாற
அழைத்து வந்த நண்பன்
கருக்கல் நிறம்;

வீட்டுக்குள் ஈரமென்று
வாசலில் இலை போட்டு
ஈய டம்ளர் வைத்தாய்....

என் உணர்வுகள்
வார்த்தைகளாய்ச் சிதற
காதடைத்து மரபு பேணினாய்.

இப்படியாய் -
எனக்கும் உனக்கும்
இடைவெளி நீண்ட
நிகழ்ச்சிகள்.....

பின் -
உனக்குத் தெரிந்த
வசவுகள் எல்லாம்
என் மீது சாபங்களாக
என்னையும்
'தள்ளி' வைத்தாய்.....

தெரிந்து கொள் அம்மா.....

என் இலக்கு நீயல்ல.....
உன் அணுக்களில்
கிளை விட்டுப் படர்ந்திருக்கும்
கொடிய விருட்சத்தின்
செல்லரித்த வேர்கள்.

மனஓசை : அக்டோபர் 1989

பிஞ்சுகள் படுகொலை
டாடியூஸ் ரோஜ்விஷ் (போலந்து)

குழந்தைகளின் குரல்கள்
"அம்மா"
"நான் குறும்பு செய்ய மாட்டேம்மா"
"இருட்டாயிருக்கும்மா, இருட்டாயிருக்கும்மா"

அவர்கள் போவதைப் பார்க்கிறோம்
சின்னச் சின்னக் காலடித் தடங்கள்
ஒரே திசை நோக்கி

அவர்களின் சட்டைப் பைகளில்
சிறு சிறு கற்கள்
கம்பியால் செய்த
சிறு சிறு குதிரைகள்

அந்தத் திறந்தவெளி அங்கே
ஒரு முடிவுக்கு வந்தது

கன்னங்கரிய புகை மரம் ஒன்று
செங்குத்தாக,
ஒரு செத்த மரம்
அதன் உச்சியில்
ஒரு நட்சத்திரமும் இல்லை.

(இரண்டாம் உலகப் போரில் பாசிச வெறியன் இட்லர் பல லட்சம் யூத மக்களைப் படுகொலை செய்தான். பெண்களும், கிழவர்களும் அவன் கைப்பற்றிய ஊர்களில், நாடுகளில் காளவாய்களில் தூக்கி எறியப்பட்டு புகையாய்ப் போனார்கள்.

ஒவ்வொரு ஊரிலேயும் யூதக் குடும்பங்களைக் குறிப்பிட்ட நேரத்தில் ஊருக்கு வெளியே ராணுவ முகாம்களுக்கு வருகை தரும்படி ஜெர்மானிய சிப்பாய்கள் அறிவித்துவிட்டுச் செல்வார்கள். நேரம் வந்ததும், அந்த அப்பாவி மக்கள் பச்சைக் குழந்தைகளையும், சிறுவர்களையும் கூட்டிக்கொண்டு மரண முகாம்களுக்குச் செல்வார்கள்.)

மனஓசை : நவம்பர் 1989

என்னை மன்னித்துவிடு

ருசிய மூலம்: மீர்ஜா ஜெலோவனி
ஆங்கிலம் வழி தமிழில்: நதி

நடைபாதையில் நின்ற உன்னைப் பின்னால் விடுத்து
கடகடக்கும் கவசவண்டி என்னை
 அழைத்துப்போனது
ஏக்கம் நிறைந்த உனது புன்னகை என்னில் என்றும்
 வாழும்,
உனது கூந்தல், இலையுதிர்காலத்து
அழகிய மரங்களின் இலைகள் போல,

உனது துயர்மிகு விழிகளின் சக்தி
என்னை மறுபடி உன்னிடம் சேர்க்கும்
என உறுதியாய்ச் சொல்வேன்

ஆனாலும்,

இலையுதிர் காலத்தின் கொடிய போர்நாட்கள்
நான் அளித்த வாக்கினை
களவு கொண்டுவிடுமோ என்ற அச்சம் எனக்குள்.

துப்பாக்கிக் குண்டொன்றை எனது இதயம்
தடுத்து நிறுத்தவேண்டியிருந்தாலோ அல்லது
தாக்குதல் ஒட்டத்தில் வீழ்ந்தாலோ
நீ என்னை மன்னிக்க வேண்டும்

அன்பே, நான் வேண்டிக் கேட்கிறேன்
உனது கனவுகளைச் சிதைத்த நான்
மீண்டும் வரமாட்டேன்.

மனஓசை :நவம்பர் 1989

சபிக்கப்பட்ட நகரம்

மனுஷ்யபுத்திரன்.

இதுதான் சபிக்கப்பட்ட நகரம்

முன்பொரு நாள்
மனிதர்கள் வாழ்ந்த நகரம்

கேட்டிருப்பாய் நீயும்
அந்த மந்திரக் கதையினை.

யாவும்
பழமையாய்ப் போன
நகரம்.

எதிர் பார்க்கவில்லை
அது உண்மைதான் என்றோ
கடைசியில் என் பாதை
அங்கே வந்து சேருமென்றோ.

அவர்கள் திடுக்கிட்டு
அலறக் கூட அவகாசமின்றி
அது நடந்திருக்கக்கூடும்.

கற் சிலைகள்
காணும் திசையெல்லாம்
கற் சிலைகள்.

கொடிய சூனியக்காரன்
ஈரமின்றி சபித்திட்டான்
அதனதன் இடத்தில்
அனைத்தையும் கல்லாக.

●

சபிக்கப்பட்ட நகரத்துச்
சாலைகளில் திரிகின்றேன்
தன்னந் தனியனென.

தராசை உயர்த்திப் பிடித்தபடி
விறைத்து நிற்கிறது
கடைக்காரனின் சிலை

ஒவ்வொரு வாசலிலும்
ஒவ்வொரு சன்னலிலும்
முகங்கள்.

காத்திருந்து காத்திருந்து
அடைந்த கசப்பை
புன்னகைக்குள் மறைக்க முடியாத
கல் முகங்கள்

நான் சிற்பக் கூடங்களுக்கு
செல்கிறேன்.

வெகு காலமாய்
வேலை நின்று போய் ஆங்கே
அபத்தமாய் உட்கார்ந்திருக்கிறது
சிற்பியின் சிலை மட்டும்

அத்தனை பேரும்
முற்றிலும் மோசமான
தருணத்தில்
பிடிபட்டு விட்டார்கள்.

மலக் கிடங்கை
சுத்தப் படுத்தியவர்கள்
வெளியேறும் முன்......

ஆலயங்களில்
பிரார்த்தனைகாக குழுமியவர்கள்
வீடு திரும்புவதற்குள்.......

கலைந்த ஆடையை
ஒரு பெண்
சரி செய்வதற்கிடையே......

தாள மாட்டாது
காதலர்கள்
முத்தமிட்டுக் கொள்ளவிருந்த
கடைசி நொடியில்.....

உழவன் தன் கலயத்தை
திறக்கப் போகையில்.....

வீடில்லாதவர்கள் மீது
மழை துவங்கிய போது......

எத்தனை காட்சிகள்
அழுக்கிலும் சிதைவிலும்
அடையாளமற்றுப் போன சிலைகள்

என்னை நடுநடுங்கச் செய்கிறது
அச்சமும் தனிமையும்
யார்தான்
மனமுடைந்து அழாதிருக்கமுடியும்?

ஒரு வேளை
நான் ஏமாற்றப் பட்டேனோ?

சந்தேகிக்கிறேன்.
இந்தக் கதைகளில்
எங்கோ பொய் கலந்து விட்டது.

இல்லை
இப்படி நடப்பது
சாத்தியமே இல்லை.

எந்தப் பைசாசமும்
எந்தக் காலத்திலும்
மனிதனை
ஒனறுமில்லாத
கல்லாக்கி விட முடியாது

தொட்டுப் பாருங்கள்
இந்தச் சிலைகளை

அவை
கொதித்துக் கனல்கின்றன

காதை வைத்துக் கேளுங்கள்
நரம்புகள்
துடியாய்த் துடிப்பதை.

இருந்தும்
இவர்கள் அசைவதில்லை
ஆடுவதில்லை
தழுவிக் கொள்வதில்லை

எதனால்..... எதனால்?
என்னதான் நடந்ததிங்கே?

மலர்களோ

மலர்ந்துகொண்டேதான்
இருக்கின்றன
வாசனை
சிறிதும் பரவுவதில்லை.

அவர்கள் பேசுகிறார்கள்
யாருடைய வார்த்தையும்
யாரையும் அடைவதில்லை

இதயத்தின் ஆழத்தில்
பீரிடும் கண்ணீர்
வறண்ட மாலையாய்
மாறி உதிர்கிறது.

அவர்களின் பசி
அது நெருப்பின் பசி.

இருந்தும்
தின்னுவதெல்லாம்
நம்பிக்கைகளை
தீர்க்கதரிசிகளின்
பொய்களை.

ஏன்
ஏனிந்த நிலைப்பு
புள்ளிக்குப் புள்ளி?

நீங்கள் நம்ப மாட்டீர்கள்.

இங்கே
காற்று உறைந்து போய் விட்டது.

இறுகி இறுகிப் பாறையாகி
சகலத்திலும் படிந்து விட்டது.

காற்று இறுகி விடுமெனில்
எப்படி ஒருவன்
காலை உதறிக் கொள்ள முடியும்

எந்தப் பாடல்தான் ஒலிக்க முடியும்

இப்படித்தான்
அவர்கள் படிவமானார்கள்.
●
இப்பொழுது நான்
கடுமையாக முடிவெடுக்கிறேன்.

எனக்குத் தேவை
ஒரு வெடிகுண்டு.

அவமதிக்கப்பட்ட கனவுகளை
அற்ப விலைக்கு
விற்க நேர்ந்த வாழ்க்கையினைக்
கொண்டு தயாரித்த
வெடிகுண்டு.

யாரும் தைரியத்தை
இழந்து விடாதீர்கள்.

தகர்க்கப்பட்ட காற்று
துண்டு துண்டாய்ச் சிதறி
வழி விடும் காட்சி
புதுமைக்கெல்லாம்
புதுமையாகி அதிசயமூட்டும்.

மனஓசை: டிசம்பர் 1989

சக்கரவர்த்தியுடன் ஒரு விவாதம்

பாரதிபுத்திரன்

"குடிமகனே!
இதயத்திற்குக் காதிருந்தால்
இதனைக் கேட்பாய்!

யமுனைக் கரையில் புதைக்கப்பட்டது
ஒரு
மன்னனின் மனைவி மட்டுமல்ல
ஒரு மனிதனின் மனைவியும் கூட!"

"சக்கரவர்த்தி!
நெஞ்சுக்கு நேர்மையிருந்தால்
இதனைக் கேளுங்கள்!

கடலலைகளும் மண்டியிடும்
மொகலாயப் பேரரசின்
முடி உங்கள் தலை மீது
இல்லாதிருந்தால்...

பரந்து விரிந்த உன் சாம்ராஜ்தியத்தில்
பசியால் வெந்தவோர் குடிமகனாக
இருந்திருந்தால்.......
என்ன செய்திருப்பீர் மும்தாஜிற்கு?"

"அன்புதான் இதனை
முடித்தது"

"அன்பிற்குப் பின்பலமாய்
அதிகாரம்தானே
முடித்தது"

"கல்லாய் நிலைத்தது
என்
காதலல்லவா?"

"காதலை நிலைக்க வைத்தது
எங்கள்
காசல்லவா?"

"அழகு?
அழியாத பேரழகு
ஆனந்தம் தரவில்லையா?"

"பட்டுப்புடவையின் பளபளப்பிற்குள்
நெய்யப்பட்டிருப்பது உயிர்களல்லவா?"

"மலர்களைப் பறித்தே
அலங்காரம்"

"மலர்களைச் செருகித்தான்
அலங்கரித்தாய்

ஆனால்
செருகப்பட்டது எங்கள்
மண்டையோட்டில் சக்கரவர்த்தி"

"இறந்தவளை நான் இதனால்
இறவாமல் வாழ வைத்தேன்"

"செத்தவளை வாழவைக்க
வாழ்ந்தவரைச் சாகடித்தீர்"

"நிலா வந்து பாலூட்ட
நிரலைசள் தாலாட்ட
கல்லறைத் தொட்டிலிலே
கண் வளர்கிறாள் என் மும்தாஜ்!"

"சாட்டையால் அடிக்கப்பட்டு
கட்டை விரல் வெட்டப்பட்டு
இதனைக் கட்டச் செத்தவரை
எங்கே புதைப்போம் சக்கரவர்த்தி?"

"என்
கனவின்
கவிதை இது"

"ஏங்கள்
நனவின்
ஓலம் இது"

யமுனா நதியின் அலைகளிலே - எங்கள்
இதய ரத்தம் கலக்கிறது
சலவை தாஜ் மகால்கள் - எங்கள்
கண்ணீரில்தான் குளிக்கிறது

அதிகாரத்தின் கால்களிலே - ஏழை
ஆவி நசுங்கித் தவிக்கிறது
அவலச் கொடுமை நீங்கவில்லை - என்றும்
அவனியில் இதுதான் நடக்கிறது.

மனஓசை: மார்ச் 1989

தொகுப்பு– 8 (1990)

மதுக்கிண்ணங்களில் ரத்தம்

சீன மூலம்: லு யூவான்

ஆங்கிலம் வழி தமிழில்: இந்திரன்

அங்கே ஒரு கவிஞன் - அடிமை
துயரங்களின் ரகசியங்களை அவன் பாடுகிறான்
பெருமூச்சு விடுவதற்கு
கவிதைகளைப் பயன்படுத்துகிறான்.
அவனது கவிதைகள்
பூஜாடிகளில் வைக்கமுடியாத
முட்செடிகள்.

அங்கே ஒரு கவிஞன் போராளி
உண்மையின் வெற்றிகளை அவன் பாடுகிறான்.
சுடுவதற்கு அவன்
பாடல்களைப் பயன்படுத்துகிறான்
அவன் கவிதைகள்
மதுக்கிண்ணங்களில் ஊற்ற முடியாத
ரத்தம்.

மனஓசை: பிப்ரவரி 1990

சினங்கொண்ட தலைமுறை
மசிசி குனெனெ: தென் ஆப்பிரிக்கா
ஆங்கிலம் வழி தமிழில்: இந்திரன்

அந்த மாபெரும் கழுகு
கனவுகளிலிருந்து
சிறகுகளை உயர்த்துகிறது.
இளமைக்கால முட்டை ஓடுகள்
சிதறிக்கிடக்கின்றன.

காலையைத் தனது பயங்கர விழிகளால்
உற்று நோக்குகிறது -
ஏதோ உலகை
இருளால் மூடிவிடப்போவது போல.

அந்த அழகிய பறவை
தனது பிறந்த மரத்தின் பழைய இலைகளால்
அதன் கூட்டைக் கட்டுகிறது.
சிவப்பு இறகுகளால் அதை மூடுகிறது -
கோபத்தால் உலகைச் சூடாக்கி விடப்போவது போல.

கர்வம் கொண்ட இந்த கிரகம்
அச்சத்தால் நடுங்குகிறது.

மறைபுதிரான இந்த இளம் பறவைக்கு
புதிய தலைமுறையின்
கருணையற்ற இந்த வேட்டைப்பறவைக்கு
பரந்த இடத்தைத் திறந்து விடுகிறது.

இப்புதிய தலைமுறை
பொய்யான கண்ணீர்துளிகளால்
கறைப்படுவதில்லை.
நெருப்பிற்கு அஞ்சித் திரும்பிச் செல்வதில்லை.

இவர்கள் இரும்பின் குழந்தைகள்.
இவர்கள் அச்சமற்ற இரவின் தேனீக்கள்,
இவர்கள் எரிமலைகளின் சினம்
இவர்கள்
தொல்பழம் முன்னோர்களின்
தொடர்ந்துவரும் கோபம்.

மனஓசை: பிப்ரவரி 1990

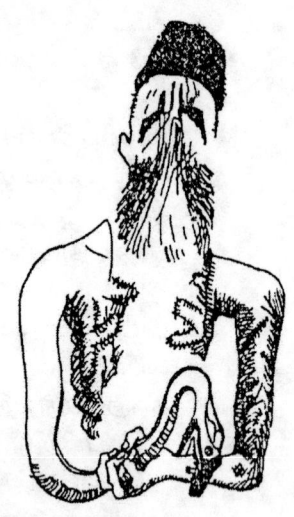

ஓர் அடையாளமில்லா முஸல்மானின் விருப்பங்கள்
மனுஷ்யபுத்திரன்

ஓர் அடையாளமில்லா
முஸல்மானின் விருப்பங்கள்
ஷரியத் பற்றியதோ
சாலமன் ருஷ்டி பற்றியதோ
அல்ல.

சுவர்க்கத்தின் ஆடம்பரங்களோ
நரகத்தின் பயங்கரங்களோ
அவனது விருப்பங்களை
நிர்ணயிக்கவில்லை.

புனித காஃபாவில்
தன் பாவங்களை
இறக்கி வைப்பதோ
மத மாற்றங்களை
ஆதரிப்பதோ
அவனது
அபிலாஷையல்ல.

ஓர் அடையாளமில்லா
முஸல்மானின் விருப்பங்கள்
எவ்வித நரம்புத்
தளர்ச்சியினாலும்
உருவானவையல்ல.

மாறாக
அவை இரத்தத்தைவிட
அடர்த்தியான கண்ணீரால்
உருவாகின்றன.

பசியின் நெருப்பில்
அவை
வடிவமெடுக்கின்றன.
அவமதிப்புகளின்
சிறுமைப் படுத்தல்களின்
நம்பிக்கையின்மைகளின்
பாவங்களிலிருந்து
தெறித்து விழுகின்றன.

தன் செல்லரித்த
குடிசையை காக்கமுடியாத
அவனா பாபர் மசூதியை
காப்பாற்ற வேண்டும்?

கஜினியின் கொள்ளைகளில்
எப்போதுமவன்
பங்கேற்றதில்லை.

ஓர் அடையாளமில்லாத
முஸல்மானை ஆள்வது
ஔரங்கசீப்பா
சிவாஜியா என்பது
ஒரு போதும்
அவனுடைய பிரச்சனையே
அல்ல.

ஏனெனில்
அவனை
எப்போதும் ஆள்வது
கண்ணில்
இரத்தத்தைவிட
அடர்த்தியான கண்ணீர் .

மனஓசை: பிப்ரவரி 1990

எழுத்தறிவில்லாத இறைவன்
அராபி மூலம்: அப்துல்லா அல் உதாரி
ஆங்கில வழி தமிழில்: இந்திரன்

எல்லாச் சிறைகளிலுமுள்ள
கைதிகளே,
உங்களது கதறல்கள், வெறுமைகள் -
அனைத்தையும் எனக்கு அனுப்புங்கள்.
எல்லா கடற்கரையிலுமுள்ள
மீனவர்களே,
உங்களது வெறுமையான வலைகளையும்
கடல் காய்ச்சல்களையம்
எனக்கு அனுப்பி வையுங்கள்.
எல்லா நிலங்களின்
உழவர்களே,
நீங்கள் வைத்திருப்பவற்றை
- பூக்கள், கோணிகள்
உடைந்த மார்புகள்
பிளந்த வயிறுகள்
சிதைந்த நகங்கள் -
அனுப்புங்கள் என் முகவரிக்கு...

உலகின் ஏதாவதொரு தெருவிலிருக்கும்
ஏதாவது ஒரு விடுதிக்கு...
மனிதனின் துன்பங்கள் பற்றிய
பெரியதொரு கோப்பு ஒன்றைத்
தயாரித்துக்கொண்டு இருக்கிறேன் நான்.
அது
பசித்தவர்களின் உதடுகளாலும்
காத்திருப்பவர்களின் விழி இமைகளாலும்
கையெழுத்திடப்பட்டபின் அதனை
கடவுளிடம் சமர்ப்பிக்கப் போகிறேன்.
எல்லா இடங்களிலுமுள்ள
துயரமானவர்களே,
என்னுடைய மிகப்பெரிய பயமெல்லாம்
இதுதான்:
கடவுள் ஒருவேளை
எழுதப் படிக்கத் தெரியாதவராக இருப்பாரோ?

மனஓசை : ஜுன் 1990

கவிதையின் ரத்தம்

மலையாளம்: சச்சிதானந்தன்
தமிழில்: நிர்மால்யா

நான் பசியில் மூழ்கி
கண்ணீர் உதிர்த்த போது
நீ அதைத் தாளில் பெற்றுக் கொண்டாய்,
பிறகு சொன்னாய்
"இதோ அவனின் மிகச் சிறந்த கவிதை".
பிறகு நீ அதை
அதிக விலைக்கு விற்றுவிட்டாய்.

நான் வியர்வையில் மூழ்கி
ரத்தம் கக்கியபோது
நீ அதை கேன்வாஸில் பெற்றுக்கொண்டாய்,
பிறகு சொன்னாய்:
"இதோ அவனின் மிகச் சிறந்த ஓவியம்"
பிறகு நீ அதை
அதிக விலைக்கு விற்றுவிட்டாய்.

எனது உள்ளங்கை இயந்திரத்தில் சிக்கி -
அறுந்து விழுந்த போது
நீ அதைப் பீடத்தில் ஆணி அடித்துவைத்தாய்
பிறகு சொன்னாய்:
"இதோ அவனின் மிகச் சிறந்த சிற்பம்"
பிறகு நீ அதை அதிக விலைக்கு
விற்று விட்டாய்.

இறுதியில் நீ என்னை
பொதுவிடத்தில் நிறுத்தி
பரிகசித்தாய்:
"இதோ, தனது கண்ணீரும், ரத்தமும்,
உள்ளங்கையும் விற்பவன்".
அதன் பிறகு நீ என்னை
உயிருடன் எரித்தாய்
பிறகு நீ அந்தப் பிணத்தை
அதிக விலைக்கு விற்றுவிட்டாய்.

லாபத்தில் கிடைத்த வட்டியால் நீ
எனது சிலை ஒன்றை உண்டாக்கினாய்.
பிறகு நீ அதை அதிக விலைக்கு
விற்றுவிட்டாய்.

மனஓசை: ஜூலை 1990

சிலைகளின் காலம்
சுகுமாரன்

ஆனால்
இது சிலைகளின் காலம்.

சிலைகள்
எல்லா வழிகளிலும் முளைத்து நிற்கின்றன;
சிலைகள்
காற்றின் பயணங்களைத் திசை திருப்புகின்றன.

சிலைகள் அதிகம் -
போலீஸ்காரர்களை விட,
கைகாட்டி மரங்களை விட,

சிலைகள்
மரணத்தைக் கேலி செய்கின்றன
இறந்தவர்கள்
சிலைகளில் பிழைத்து வாழ்கிறார்கள்.
•
ஆனால்
இது சிலைகளின் காலம்.

"எங்கே போகிறீர்கள் ஐயா?"

"இன்ன இடத்திலிருந்து இன்ன இடத்துக்கு"

"திருத்திக் கொள்வீர்.
இந்தச் சிலையிடமிருந்து அந்தச் சிலைக்கு,
அந்தச் சிலையிலிருந்து
சிலையான சிலைகளுக்கு..."
•

ஆனால்
இது சிலைகளின் காலம்.

எதிலிருந்த செய்கிறோம் சிலைகள்?
கல் மண் மரம் உலோகம்.
எதனால் செய்கிறோம் சிலைகள்?
காலம் மனம் ஞானம் அன்பு.

பயத்தின் இருளைக் குடைந்து
கடவுளின் சிலை
சொல்லின் உப்பைச் செதுக்கி
கவிஞனின் சிலை

கனவின் பனியிலிருந்து
காதலின் சிலை
இரத்தத்தின் சூரியனிலிருந்து
விடுதலையின் சிலை.
ஏன் செய்கிறோம் சிலைகள்?
காலம், மனம், விரல்.
•

ஆனால்
இது சிலைகளின் காலம்.

இந்த துரதிருஷ்டச் சிலைகளை
எதிலிருந்து செய்தோம்?
கல்லின் மௌனத்திலிருந்தல்ல.
மரத்தின் கருணையிலிருந்தல்ல.
உலோகத்தின் குழைவிலிருந்தல்ல.
காலத்தின் இதயத்திலிருந்தல்ல...

இந்தச் சிலைகளின் விரலசைவில்
விழிகள் தடுமாறுகின்றன.
இந்தச் சிலைகளின் உதட்டசைவில்
வார்த்தைகள் நாறுகின்றன.

அழுக்கைத் திரட்டிச் செய்திருக்கிறோம்
இந்தச் சிலைகளை.

ஏனெனில்
இது சிலைகளின் காலம்.

மனஓசை: டிசம்பர் 1990

தொகுப்பு 9 (1991)

பலம் வாய்ந்த மனிதன்
உதவியவர்: உதய்
தமிழில்: நதி.

(இக்கவிதை டெல்லி சவகர்லால் நேரு பல்கலைக்கழக மாணவர்களால், இட ஒதுக்கீட்டு எதிர்ப்பாளர்களுக்கு எதிராக அறிவிப்புப் பலகையில் ஒட்டப்பட்டவை.)

ஒரு சின்னப் பெண்
மலேரியா காய்ச்சலால் இறந்துபோனாள்
அந்த ஏழைத் தாயின் புலம்பல்
என் மனச்சுவரில் எதிரொலிக்கவில்லை
அந்த குடிசைக்கருகில்
கால்சட்டையுடன் எனது தேகப்பயிற்சி.

ஒவ்வொரு மூன்றாவது இந்தியனுக்கும்
குடிக்கத் தண்ணீர் இல்லை
நான் என்ன செய்ய முடியும்?
லிம்காவுக்கு முன் லிம்கா
லிம்காவுக்கு பின் லிம்கா.

'ஜனநாயகம்' மற்றும் 'தகுதி' பற்றிய
எனது பண்டிதத்தனமான வாதங்களால்
என் சினேகிதியின் மனதில் இடம் பிடித்தேன்,
அப்புறம் உரக்கச் சொன்னேன்:
"பொடியா, ரெண்டு டீ கொண்டு வா, சீக்கிரம்".

பகல் ஒளியிலோ சிகப்பு விளக்கிலோ
மலருமுன்னே குரூரமாய் நசுக்கப்படும்
மொட்டுக்களின் அறியாமையும் ஆதரவின்மையும்!

அதிருப்தியால் எனது தோள்களைக்
குலுக்கிக் கொள்கிறேன்,
வேறென்ன செய்வேன் நான்?

எல்லாவற்றையும் கண்டேன்
எல்லாவற்றையும் கேட்டேன்
ஆனால் நான் எதையுமே சொல்லவில்லை
நல்ல குரங்காய் இருந்தேன்,
இல்லையா நான்?

தற்போது இது நிகழ்ந்துவிட்டது
எனது கனவுகள் நொறுக்கப்பட்டன
எனது இரத்தம் கோபத்தால் கொதிக்கிறது
நான் உறுதியாய் தீர்மானித்துவிட்டேன்
இந்தச் சிங்கம் விழித்துக்கொண்டதையும்
அதன் வலிமை பொய்யில்லை என்பதையும்
அவர்கள் புரிந்து கொள்ளட்டும்.

நான் உரக்கக்கூவி சூரியனை உறைய வைப்பேன்
நான் அனைத்தையுமே தலைகீழாய்ப் புரட்டிப்போடுவேன்
நான் து...ப்...பா...க்...கி... எ...டு...ப்...பேன்...
நான் எ...ரி...த்...து...த்... தீ...ர்...ப்...பே...ன்...

(எனதருமை இளைய மனிதனே,
நீ அவற்றையெல்லாம் செய்வாயென அறிவேன் நான்
இறுதிவரை சண்டையிடவும் செய்வாய் நீ
ஆனால் எனதருமை வலிய மனிதனே
முன்பு நீ எங்கே ஒளிந்து கொண்டிருந்தாய்?
முன்பு என்னதான் செய்துகொண்டிருந்தாய்?)

மனஓசை: ஜனவரி 1991

தகுதி

உதவியவர்: உதய்

தமிழில்: நதி

(இக்கவிதை டெல்லி சவகர்லால் நேரு பல்கலைக் கழக மாணவர்களால், இட ஒதுக்கீட்டு எதிர்ப்பாளர்களுக்கு எதிராக அறிவிப்புப் பலகையில் ஒட்டப்பட்டவை.)

எனது தாத்தா தகுதி வாய்ந்தவர்
அவர் ஒரு வியாபாரியாய் இருந்தார்.
பல தலைமுறைகளுக்குத் தாக்குப்பிடிக்குமளவு
அவர் சொத்துச் சேர்த்தார்
(மக்கள் ஓட்டாண்டிகளாவே இருந்தனர்)

எனது அப்பா தகுதி வாய்ந்தவர்
அவர் ஒரு பொருளாதாரப் பேராசிரியர்.
அவர் கட்டுக்கட்டாய் கட்டுரைகளைப் பதிப்பித்தார்
கணக்கற்ற கருத்தரங்குகளில் பங்கேற்றார்
(மக்கள் படிப்பறிவற்றவர்களாகவே இருந்தனர்)

எனது சித்தப்பா தகுதிவாய்ந்தவர்
அவர் ஒரு கட்டிடக்கலை நிபுணர்
அவர் பல மாளிகைகள் கட்டினார்
நீச்சல்குளங்களும் தான்
(மக்கள் வீடற்றவர்களாகவே இருந்தனர்)

எனது சகோதரர் தகுதி வாய்ந்தவர்
அவர் ஒரு மருத்துவர்
அவர் தங்கப்பதக்கம் வென்றவர்
தற்போது அமெரிக்கக் குடியுரிமை பெற்றவர்
(மக்கள் ஆரோக்கியமற்றவர்களாகவே இருந்தனர்)

நான்? பரவாயில்லை; நானும் தகுதி வாய்ந்தவன்
(ஆய்வுப் படிப்பை மென்றவாறு)
விடியலிலிருந்து அந்திவரை
எனக்கிருப்பதோ ஒரே வேலைதான்
ஐ.ஏ.எஸ் அல்லது வருமான வரி !

எனது மகனும் தகுதி வாய்ந்தவனாய் இருப்பான்
அவனது மகனும்...
தகுதி எங்கள் இரத்தத்தில்
கலந்தோடுவதைப் பாருங்களேன்.

(நன்றி அன்பரே,
இரத்தத்தின் சிகப்பணுக்களுக்கு
இரண்டாவது பெயர் இருப்பதை
இதுவரை நாங்கள் அறிந்திருக்கவில்லை)

மனஓசை: ஜனவரி 1991

தீர்ப்பு நாளின் இரவு
விஸ்வநாத பிரசாத் திவாரி
மலையாள வழி தமிழில்: சுகுமாரன்

அது தீர்ப்பு நாளின் இரவு.
ஆத்மாக்களின் நீதிமன்றத்தில் கடவுளை
                            நிறுத்தியிருந்தார்கள்
நவரத்தினங்கள் அணிந்து
அவர் சாட்சிக் கூண்டில் நின்றிருந்தார்.
அநேக வருடங்களின் குற்றங்கள்
அவர் மீது எழுதப்பட்டிருந்தன.
அவருடைய கண்களில் பயம்.

அவர் பிரஜைகளை பயத்திலிருந்து விடுவிக்கவில்லை
ஒருபோதும் நியாயங்களையும்
நீதி பீடத்தையும் அவர் கல்லறையாக மாற்றியிருந்தார்.
எல்லாப் பத்திரிகைகளும் மௌனமாக இருந்தன.
அவர் எல்லாருடைய நாக்குகளையும் அறுத்திருந்தார்.

அவர் தரப்பில் யாருமே இல்லை
எல்லோரையும் வெறுத்திருந்தார்.
அவர் அதிர்ந்து நின்றிருந்தார்.

எப்படி பிணங்கள் உயிர்த்தெழும்?
கடைசி மனிதனும் ஒரு ஊமை.

தீர்ப்பு வாசிக்கப்பட்டது.
பிதாவே! நீங்கள் பூமியின் அழுகைக்குச்
செவி சாய்க்கவில்லை.
அதன் நடுங்கும் குரலை உணர்ந்ததில்லை.

இனி,
இப்போது அந்த எரிமலையைச் சகித்துக் கொள்ளும்.

ஆசைகளின் கங்கை கொதித்துப் பொங்குகிறது.
இமயத்திலிருந்து இறங்கி வந்து
அதைக் கட்டுப்படுத்த முயற்சி செய்கிறீர்கள்.

இனி,
இந்த மின்சார ஓட்டத்தில் நீங்களும் மிதப்பதாக.

கடவுளின் மகுடத்தை
ஒரு கைதிக்கு அணிவித்தார்கள்.
அது ஒரு மோசமான தீர்ப்புத்தான்.
இந்தக் காட்சியைக் கண்டு
பூமியிலுள்ள அரசர்கள் நடுங்கிக் கொண்டிருக்கிறார்கள்.

மனஓசை: மார்ச் 1991

கணக்கை முடியாதிருக்கும் காலம்

எபன்: ஈழம்

இவர்கள் அடைகாத்தனர்
துப்பாக்கிகளை வெடிகுண்டுகளை
விதவிதமான ரகங்களில் கொலைக்கருவிகளை
இவர்கள் மீட்டளித்ததாய்ப்
பறையடித்த அமைதிக்குள்ளே
நிலம் நடுங்கிக் கொண்டிருந்தது
சுட்டுவிரலின் முன்னே
ஒரு சமூகத்தின் நிமிடங்கள் எரிந்தன.

மஹா சமுத்திரத்தின் அலைகள்
திரும்பிவிட்டன
சரித்திரம் பகைக்கும் ரத்தக்கறையோடு
பின்னொருநாள்
எதுவும் புரியாதவர்களே
இல்லாத காலத்தில் இமையம் தலைகுனியும்
அபயத்திற்குப் பதிலாய்
அபாயத்தையே கொடுத்த வகையில்
சோத்துப் பொட்டலத்தை எறிந்துகொண்டே
சுட்டுத்தள்ளிய வகையில்
அதுவரை கணக்கை முடியாதிருக்கும் காலம்.

ஒட்டுப் பிடிக்க சண்டை மூட்டுதல்
மதத்தின் வாளில் தொங்கிப் படை திரட்டல்
பக்திக்கு இரைபோட்டு உணர்வு பொசுக்கல்
தேசிய இனங்களின் மொழிகளை நசித்தல்
இங்கு பழகிய இவர்கள் பாதைக்கு
அந்தத் தீவும் வழிவகை செய்தது
பௌத்த விகாரங்களின் முன்னே
மரணம் குடிகொண்டது,
வானை நோக்கி விரிந்த கரங்களும்
எதிர்த்து முறுக்கிய முஷ்டிகளும்
முறிவுண்டன.

உழைக்க வென்றொரு
பாதத்தடியில் மண்சரியாத நிலம்
வசிக்க வென்றொரு
தூர்ந்து போகாத வீடு
பறக்க வென்றொரு
புல்வெளியாய் வானமென
எழுந்தவர் மேல்
உக்கிரம் அடைந்தது அந்நியர் பாதம்
தீபகற்பத்தின் கணக்கிலடங்காச் சக்தியை
விழலுக்கிறைத்தார்
வீணாய் அழைத்தார் சாவீட்டை
கடலுள் மிதக்கும் அந்நாட்டில்
முதிர்ந்த காடுகளுள்
மனக் கருவறையுள்
சோதி வலுத்தது.

மனஓசை: ஏப்ரல் 1991

மரணித்த தோழனுக்கு
குப்பிளான் ஜெகன்

'நல்லவற்றை நாம்
செய்யும்போது
கதையுங்கள்
தவறுகளைச் செய்யும்
போது மௌனியுங்கள்'
இது எமது மண்ணில்
இன்றைய நிலை
நிலைமையைச் சொன்ன
போதெல்லாம் – நீ
உன் நிலையை
மாற்றவில்லை
கருத்துச் சுதந்திரத்தை
பயன்படுத்த முற்பட்டதால்
அவர்கள் தங்களின்
துப்பாக்கியை பயன்படுத்தினர்

அன்று இரவு
யாரோ அழைத்த
குரல் கேட்டு
வெளியே போனியாம்
துப்பாக்கிச் சத்தம் கேட்டு
உன் வீட்டினர்
வந்தபோது
உன் வீட்டுப் படலையடியில்
நீ...
மறுநாள் ஊரெல்லாம்
கதைத்தது
ஓ...
நீ மரணித்துவிட்டாய் என
துப்பாக்கிகளின் ஆதிக்கம்
ஒருநாள் ஓயும்
அப்போது அதனால்
கறைப்படுத்தப் பட்ட
வரலாறு உயிர் பெறும்
அன்று முதல்
உன் வரலாறும்
உயர்ந்து நிற்கும்.

மனஓசை : ஏப்ரல் 1991

எறும்பின் ஓலம்

ந.சுசீந்திரன் (ஈழம்)
செர்மனி: தூண்டில் இதழ் – எண் 42

இப்போது எங்கள் வீட்டின்
பின்புறக் குப்பையில்
காசித் தும்பை பூத்திருக்காதா?

அதற்கும் பின்னால்
குழிக் கக்கூசும்
கோழிகள் படுக்கும்
ஆலமரமும் எப்படியிருக்கும்?
குழிக் கக்கூசும் கோழிப்பீ மணமும்
இன்னும் என் மூக்கில்!

முற்றத்து தென்னம்பிள்ளை
பெரிதாக வளர்ந்துவிட்டதாக
வந்தவர்கள் சொன்னார்கள்;
எல்லாம் மாறியிருக்கும்
நானும் தான் மாறிவிட்டேன்.
சிறுவனாய் ஓடித்திரிய
நான் இனிக் கொடுத்து வைக்கவில்லை.

வலையடிக்கவும், சூழ் கொளுத்தவும்
களவாய் இருட்டில் கள் இறக்கவும்...
எதுவும் இல்லை.
மக்கள்தான் இறந்தும் எஞ்சியும்
எங்கெங்கோ அததிகளாயினரே!

என்றோ ஒருநாள் திரும்புவேன் என்று
நம்பியிருப்பாள் எனது அன்னை
நானுந்தான்.

முதுமை தந்த வாலிபம்
ஓடி ஒளிந்து கொண்டது.
சூனிய வெளியில்
நானும் எனது நாடும்.

நாடு திரும்புவேன் என்பதுமில்லை
இங்கிருப்பேன் என்பதுமில்லை
'இன்னொரு நாடு' – அதுவுமில்லை
கடந்த கால நிகழ்வுகள் மட்டும்
இன்னும் இருப்பாய்...
இருப்பின் இருப்பாய்!

பின்புறக் குப்பையில்
காசித் தும்பை பூத்திருக்காதா?
ஆலமரத்தின் உச்சியிற் கோழிகள்?
குழிக் கக்கூசும் கோழிப்பீ மணமும்
இன்னுமென் மூக்கில்!

மனஓசை: ஆகஸ்டு 1991

ஏக்கம்

சுகுணா: ஜெர்மனி

செர்மனி தூண்டில் இதழ் எண்: 37

குளிரின் கொடூரத்தில்
கொடிய பசி
கொஞ்சம் ஓய்வெடுத்தது.

குடும்பம் ஒன்று
குளிர்கால இரவுகள் பற்றி
பல கதைகள் பேசியது

குடும்பம் என்றதும், கூடவே
குருதி பாய்ந்த
கொடுமை நாட்களும்,
கூட்டத்தில் துணையிழந்த
துயரங்களும்,
தொலைந்து போன உறவுகளும்,
இறந்துபோன நட்புகளும்
இமைகளை நனைக்கையில்...

சாளரத்தோடு சமரசம்பேசி
ஓடிவந்து உச்சி முகரும்
அந்தக் குளிர் தென்றலும்,
பாரபட்சமின்றி
பகலிலும் ஒளி வழங்கும்
பளிங்கு நிலாவும்,
பறவைகளின் பாடல் ஆலாபனைகளும்...

எத்தனையோ யுகங்களென்றாலும்
இருப்பைவிட்டு அகன்றுவிடுமா?
செயற்கையில், இருளில்,
துளைத்தெடுக்கும் துருவக் குளிரில்
கழிப்பவை யாவும்
கடும் சித்திரவதைகளே.

அந்த நிலவும்,
கதை சொல்லும் காற்றும்
இழந்தவை தானா?

மனஓசை: ஆகஸ்டு 1991

துப்பாக்கிக்கு மூளை இல்லை
புதுமை

துப்பாக்கிக்கு மூளை இல்லை
இதயமும் இல்லை
விரல் அதன் விசை அழுத்த
வெடிக்கும்,
உயிர் குடிக்கும்.
கருவில் இருக்கும்
குழந்தை எனினும்

விரலே, என் விரலே
மூளையும் இதயமும் உள்ள என் விரலே
ஒரு கணம் யோசி
மீண்டும் ஒரு கணம்...
குறி சரியா என திரும்பவும் யோசி

இன்னும் நூறு ஆண்டுகள் போயினும்
உன் குறி சரியென
மக்கள் கூறும்
திசையினில் மட்டுமே
விசையினை அழுத்து!

அன்றேல்
நீயும் ஓர் கொலைகாரன் என
வரலாறு என் நெற்றியில் எழுதும்.

மனஓசை : ஆகஸ்ட் 1991

இதோ ஒரு வருகை
ஸ்பார்க் அந்திரேய்.

சுணங்கியிருந்ததை கண்டு
சுணங்கிப் போனான்.
நேற்று நட்டு வைத்த
பட்டு ரோஜா
சின்னப் பூந்தொட்டியில்...
அம்மாவிடம் ஓடினான்.
"ஏனம்மா செடி சுணங்கியிருக்கிறது?"
"சரியான ஆழமெடுத்து
நட்டு வைத்தாயா?"
"செய்திருக்கிறேனம்மா"
"நட்டவுடன் நீர் வார்த்தாயா?"
"ம்..."
"காலையில்?"
"ஊற்ற வேண்டுமா?"
"ஆமாம், நேற்றுத்தானே
அதைப் பறித்தாய் -
இயல்புக்கு வர ஒரு நாளாகும்.
போ -
போய் நீரூற்று"
துள்ளி ஓடினான்.

"அம்மா இன்னம்
சுணக்கம் தீரவில்லையே..."
மறுநாள் முனகியபடியே...
"மண் வளமில்லையோ?
உரமிடு"
"உரமிட்டால் சுணங்காதா?"
"நிச்சயமாய்"
துள்ளி ஓடினான்.
"அம்மா இன்னமும்..."
மறுநாளின் பூபாளம்.
"தவறாமல் இருமுறை
நீர் வார்த்தாயா?"
"ம்"
"பின் ஏன்?
சரி வா பார்ப்போம்"
வந்து பார்த்தவள்
மெல்லச் சிரித்தாள்
"ஏனம்மா"
புருவங்களுக்கிடையே முடிச்சிட்டான்.
"தாவர வளர்ச்சிக்கு
சூரிய ஒளியும் முக்கியம்
அறிவியல் அறிவாயா?"
"அப்படியா?"
"ஆம்.
பக்கத்து பெருமரத்து நிழல்
சூரிய ஒளியை தடுக்க
ஏன் பட்டுரோஜா
சுணங்கிப் போகாது?"

"என்னம்மா செய்வது"
"அந்தப் பூத்தொட்டியை
மரத்தின் நிழலிருந்து
மீட்டு வை.
சூரிய ஒளியில் சுணக்கம் வராது?"
"நிஜமாகவா?"
"நிஜமாகத்தான்"
தடையற்ற சூரிய ஒளியில்
தொட்டியை
அப்போதே மீட்டு வைத்தான்
மறு நாளில்
சுணக்கம் சுணங்கிப் போனது.

பின்னொரு நாளில்
லேசாய் மொட்டவிழ்த்தபோது
தெரிந்த சின்னச் சிவப்பில்
தெளிந்து அவன் பூத்தான்!

மனஓசை: ஜூன் 1991

பதின்

எஸ்.ராமகிருஷ்ணன்

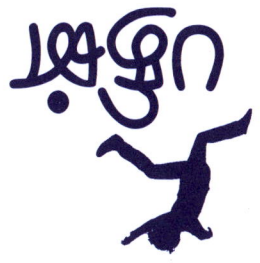